Ngày Nhà giáo Việt Nam - 20/11

Thích Nữ Giới Hương

Bảo Anh Lạc Bookshelf 96

Ngày Nhà giáo Việt Nam - 20/11

TRI ÂN NGƯỜI KHAI TRÍ

Kết tập

Thích Nữ Giới Hương

Nhà Xuất bản Hồng Đức

Huong Sen Buddhist Temple

19865 Seaton Avenue, Perris, CA 92570, USA

Tel: 951-657-7272, Cell: 951-616- 8620

Email: huongsentemple@gmail.com,

thichnugioihuong@yahoo.com

https://www.facebook.com/Huong.Sen.Riverside/

Web: www.huongsentemple.com

MỤC LỤC

HỌC VIỆN PHẬT GIÁO VIỆT NAM
DUY TUỆ THỊ NGHIỆP
TẠI THÀNH PHỐ HỒ CHÍ MINH
HỌC VIỆN PHẬT GIÁO VIỆT NAM TẠI TP. HỒ CHÍ MINH
CHÀO MỪNG NGÀY NHÀ GIÁO VIỆT NAM 20-11-2016

Lời Đầu

Tuổi học trò là tuổi vô tư, hồn nhiên là khoảng thời gian đẹp nhất của mỗi chúng ta. Thời gian được đi dạy học gần gũi học trò, gần gũi Tăng Ni sinh Học viện Phật giáo TP.HCM cũng là khoảng thời gian đẹp nhất trong đời.

Ngày Nhà giáo Việt Nam 20/11 (Teachers'Day) là ngày của yêu thương và ký ức, là ngày tôn sư trọng đạo truyền thống hàng năm của ngành giáo dục, là dịp học trò bày tỏ lòng kính trọng, biết ơn, tri ân, đến Thầy Cô giáo, các bậc ân sư giáo thọ cả trong đạo cũng như ngoài đời.

Từ năm 2016 đến nay, mỗi năm từ Hoa Kỳ về Việt Nam, tôi đều đến Học viện Phật giáo TP.HCM dạy học cúng dường ở khoa Anh Văn Phật Pháp, khoa Pali, khoa Hoằng Pháp và khoa Triết... Tiếp cận với Tăng Ni sinh được chia sẻ kiến thức, kinh nghiệm tu học và cũng là lúc được học hỏi rất nhiều nơi Tăng Ni sinh trẻ. Cho nên, đi dạy cũng là thời gian hạnh phúc nhất, bởi lẽ lúc truyền đạt cũng là lúc được học nhiều nhất.

Kiến thức là vô tận. Kho tàng tri thức là vô giá. Một người trưởng thành, đi đúng đường thì cần phải có người dẫn đường. Ví như người muốn qua sông thì cần có người đưa đò. Giảng viên giống như người lái đò tri giác, đưa các Tăng Ni sinh đến nơi tốt nhất, vững bước trên con đường giác ngộ mà mình đã chọn. Giảng viên cũng giống như trồng người, hàng ngày nuôi dưỡng tưới tẩm nhân lành, để những tinh hoa nhân văn, sau này đi vào cuộc đời. Giảng viên giống như người truyền lửa, tiếp sức, truyền trao tri thức, chắp thêm đôi cánh cho Tăng Ni sinh tự tin, làm hành trang vững bước trên đường phụng sự.

Con đã thấy cuộc đời Thầy giáo thọ
Rất đơn sơ tập giáo án gối đầu
Viên phấn trắng hương cuộc đời bay bổng
Mực chấm bài là máu đỏ trong tim.

Chỉ có bốn hàng giản dị mà một nhà thơ nào đó trên các trang mạng điện tử đã mô tả sâu sắc sự tận tụy, hy sinh và gắn bó với bút mực, viên phấn, tập giáo án của các Thầy Cô giáo trong việc giáo dưỡng trồng người.

Ai đã từng đi qua tuổi học trò đều in đậm hình ảnh người Thầy Cô thân thương và trân trọng nhất. Tình Thầy trò là thứ tình cảm thiêng liêng trong tâm hồn của mỗi người con Phật. Mỗi người đều có những kỷ niệm khác nhau về người Thầy của mình.

Thầy Cô là người có tấm lòng nhiệt huyết với ngành giáo dục, như người cha, người mẹ thứ hai của học trò. Thầy Cô hy sinh tận tâm truyền trao kiến thức cho đàn hậu học bất kể nắng mưa, ngày đêm; hưởng ứng theo đó, học trò phải có khát khao chinh phục tri thức, thể hiện năng lực cầu tiến, sự hiếu học, học giỏi, có tinh thần học tập, sẽ giúp tâm lý giảng viên thêm động lực trong việc giảng dạy, nâng cao tâm hồn thánh thiện.

Nghề Nhà giáo, sự nghiệp trồng người trăm năm là một nghề cao quý nhất trong tất cả nghề cao quý, như Đức Phật bậc Thầy hướng dẫn tâm linh vĩ đại trên tất cả bậc Thầy, nên được tôn vinh là "Thiên Nhân Sư" - Bậc Thầy của cả cõi người và cõi trời.

Ngày Nhà giáo 20/11 là ngày nâng cao sự nghiệp giáo dục con người, hướng đến thành người hiền, thánh nhân. Cha mẹ sanh dưỡng nên thân mạng chúng ta, Thầy Tổ mô phạm là những mực thước khuôn mẫu đạo đức, là "những bậc kỹ sư tâm hồn," khơi nguồn động lực cảm hứng, khám phá tiềm năng, truyền trao kỹ năng hướng thiện, lan tỏa tình thương và truyền đạt giá trị tri thức cho mỗi chúng ta khai mở giới-định-tuệ-giải thoát- giải thoát tri kiến.

Trùng khơi sóng vỗ dạt dào
Núi cao nhạn biếc, lượn vào mây xanh
Công Cha nghĩa Mẹ sanh thành
Ơn Thầy Cô đã cho danh cuộc đời.

Vào ngày Teachers' Day 20/11 mỗi năm, bên ngoài khuôn viên Học viện Phật giáo đầy bóng cây xanh tỏa mát, trổ những hoa tươi; bên trong lớp học, Thầy trò cùng quay quần ôn lại kỷ niệm ba tháng miệt mài đèn sách, ca hát văn nghệ, thưởng thức trà bánh thơm ngon, món quà nho nhỏ xinh xinh trao nhau, kèm những lời bộc bạch tri ân, báo ân, chúc lành, những đoản văn tâm tình, những lá thư chan chứa tình cảm Thầy trò, chí nguyện tu học, ước mơ hoằng pháp độ sanh… Ôi! Đẹp biết bao, mãi mãi không quên! Xin được góp nhặt và kết tập nơi đây thành một tập sách nhỏ "Ngày Nhà giáo Việt Nam 20/11 – Happy Teachers' Day" như một món quà kỷ niệm ân nghĩa bao la của tình Thầy trò, một nét đẹp của tình người còn lưu dấu mãi trong tâm khảm của mỗi chúng ta.

Xin cung kính đảnh lễ tri ân Chư Tôn Trưởng lão Hòa thượng, Nhị bộ Tăng già trong Hội đồng Điều hành Học Viện Phật Giáo Việt Nam TP.HCM, thành tâm tri ân Hòa thượng Thích Tâm Đức, Hòa thượng Thích Bửu Chánh, Thượng tọa Thích Nhật Từ, Ni sư T.N. Liễu Pháp, Ni sư T.N. Chánh Tuệ,

Sư Cô T.N. Huệ Hòa; tri ân khoa Anh Văn Phật Pháp, khoa Pali, khoa Hoằng Pháp và khoa Triết, đã cho con cơ hội về giảng dạy chia sẻ; tri ân Quý Thầy Cô, Tăng Ni sinh đã góp mặt trong bài viết; tri ân Nhà xuất bản Hồng Đức, Cô Ngọc Minh, Sư Cô Viên Tiến, Sư Cô Nhuận Ân, Bảo Hoàn, đạo hữu Vũ Đình Trọng, đạo hữu Lý Nhàn, và nhiều vị khác đã giúp đánh máy, kiểm tra chính tả, thiết kế, xin giấy phép in ấn để tác phẩm được ra mắt tốt đẹp; cũng như kính tri ân các tác giả ẩn danh của các đoản văn, bài thơ, câu chúc cũng như hình ảnh trên internet sưu tầm, vì hạn chế nên các đoạn thơ được trích trong tác phẩm này có đôi lúc chưa được dẫn nguồn, hoặc trích dẫn không chính xác, rất mong được sự lượng thứ của các tác giả xa gần và kính xin hoan hỉ chỉ dẫn để lần tái bản sau được hoàn thiện hơn.

Kính nguyện Chư tôn đức Giảng Sư Giáo Thọ, quý Tăng Ni sinh cùng các thiện hữu xa gần luôn gặp nhiều thuận duyên và vững chãi trên con đường phụng sự và cống hiến phía trước. Chí tâm đảnh lễ Bốn ân, Ba cõi, Pháp giới Chúng sanh trọn thành Phật đạo.

Chí tâm đảnh lễ Bốn ân, Ba cõi,

Pháp giới Chúng sanh trọn thành Phật đạo.

Mùa Xuân Cali, ngày 15 tháng 01 năm 2025

Thư phòng Hương Sen,

Thích Nữ Giới Hương

Ni sư Giới Hương nhận hoa cúng dường của
Ni sinh khoa Anh văn Phật Pháp nhân Ngày Nhà giáo 20/11

Chương 1

Lịch Sử
Ngày Nhà giáo Việt Nam 20/11

Hội đồng Bộ trưởng (nay là Chính phủ Việt Nam) vào ngày 28/09/1982 đã ban hành quyết định số 167-HĐBT thiết lập ngày 20/11 hàng năm là ngày lễ mang tên "Ngày Nhà giáo Việt Nam."[1]

Ngày Nhà giáo 20/11 là ngày mà nơi nơi, người người đã hướng về tri ân những người Thầy, người Cô đã có Công giảng dạy cho chúng ta nên người. Đây là ngày lễ truyền thống "Uống nước nhớ nguồn, ăn trái nhớ kẻ trồng cây," nhằm tôn vinh quý Thầy Cô những tấm gương hoạt động giáo dục có đóng góp cho ngành giáo dục Việt Nam trong nhiều mặt như giáo dục xã hội, tôn giáo, kinh tế, nghề nghiệp, tâm linh. Đây cũng là dịp để các Thầy Cô tổng kết, nhìn lại thành quả một năm hoạt động của ngành giáo dục, rút ra những trải nghiệm ưu khuyết, nhằm nâng cao chất lượng giảng dạy hơn cho năm tới.

1. Quyết định về Ngày Nhà giáo Việt Nam.
https://thuvienphapluat.vn/van-ban/Giao-duc/Quyet-dinh-167-HDBT-ngay-

Có một nghề bụi phấn bám đầy tay
Người ta bảo đó là nghề trong sạch nhất
Có một nghề không trồng cây vào đất
Mà mang lại cho đời đầy trái ngọt hoa tươi.

"Nhất tự vi sư, bán tự vi sư": một chữ nhờ Thầy, nửa chữ cũng nhờ Thầy mà biết. Thầy Cô hết lòng dạy dỗ, truyền đạt kiến thức và cả tri thức cuộc sống, đã góp Công không nhỏ trong hành trình nâng bước chúng ta đến với thành Công, đã thắp sáng ước mơ, giúp chúng ta bay cao trên bầu trời. Cho nên, vào ngày 20/11 này, các thế hệ học trò, sinh viên, ở nhiều ngành nghề hay môn học khác nhau đều dành thời gian một ngày để tôn vinh những dạy dỗ, chia sẻ, hy sinh, cống hiến của các bậc Thầy Tổ, sư trưởng giáo thọ dành cho mình, để mình trưởng thành, trở thành người hữu ích cho gia đình, xã hội và cộng đồng.

Có câu "Hiền tài là nguyên khí của quốc gia" nghĩa là người tài năng và hiền lương là tài sản thịnh vượng, là tinh hoa của một đất nước. Người hiền tài ấy sẽ cống hiến làm tốt đời đẹp đạo. Để có được hiền tài là nhờ ơn Thầy Tổ, giảng viên, giáo thọ ươm mầm, nuôi dưỡng từ lúc bé cho đến trưởng thành. Thầy Cô đã tận tâm, tận tụy, dành cả cuộc đời mình để trăm năm trồng người, thành khuôn mẫu "nên người tài giỏi và đức độ."

Thời gian dẫu bạc mái đầu
Tình trò vẫn tạc ân sâu của Thầy.

Trường học hay Phật Học viện là một trong những nơi thường tổ chức ngày Nhà giáo sinh động nhất với các hoạt động đa dạng vui tươi của các học trò và sinh viên tổ chức để bày tỏ thâm ân lớn lao đối với Thầy Cô giáo thọ. Tình Thầy trò là vô tận, nên lời cảm ơn và lòng biết ơn hôm nay của các học trò

Nha-giao-Viet-Nam-43968.aspx

chẳng đủ để bày tỏ sự tri ân.

Kính nguyện Thầy Cô sẽ mãi luôn khỏe mạnh để đồng hành cùng học trò trên hành trình khám phá tri thức trong thời gian tới.

Công Thầy đổ xuống đất này
Cho hoa Đạo Pháp ngày càng xanh tươi.

Kính nguyện những hạt giống Thánh hiền sớm nảy chồi, ra bông, trổ quả để trở thành những trụ cột vững chắc trong đạo Pháp và xã hội.

Hòa thượng Tâm Đức (Trưởng khoa Anh Văn Phật pháp), các giảng viên Đại đức Minh Thắng, Sư Cô Huệ Hòa, Ns Giới Hương, Sư Cô Tâm Thảo, Thầy Trí Thanh, Cô Trúc Duyên và các Tăng Ni sinh Khoa Anh Văn Phật Pháp tại Ngày Nhà giáo VN 20/11/2019

Chương 2

Chí Nguyện Tu Học

Tăng Ni sinh Khóa 12 - Luyện dịch Anh Văn A1 - A2

Có những tình thương chẳng bến bờ
Làm sao con viết được thành thơ
Con như hạt cát vùng sa mạc
Sư tựa trăng soi chiếu lửng lờ.

1

Nhắc đến tấm lòng của các giáo thọ, đó là sự âm thầm và lặng lẽ hy sinh cống hiến. Thơ văn hay mượn ánh trăng để diễn tả cho tấm lòng tận tụy này; trăng sáng, thanh trong, đến đi không dính mắc, chỉ tỏa sáng cho đời mà không cần ai ghi Công. Bao thế hệ học trò tắm mát dưới ánh trăng ấy thì chỉ nghĩ, ánh trăng hiển hiện đó như một điều tất nhiên. Nếu có thể kể, Công lao ấy khó có ngôn ngữ nào tả hết, chỉ lặng thầm và sâu kín, mầu nhiệm như nụ cười của Ngài Ca Diếp trong tích "Niêm hoa vi tiếu" (thấy hoa miệng mỉm cười). Thầy trò dĩ tâm truyền tâm là đủ, hôm nay có cơ hội cầm viết, viết lên lời tri ân trong muôn một, con muốn viết thật nhiều, nhưng rồi con lại muốn để những khoảng không, những khoảng lặng để thấm hơn tình Thầy trò, để thấu hơn những ân tình Ni sư T.N. Giới Hương dành cho thế hệ Tăng Ni trẻ khóa 12 của Học viện Phật giáo Việt Nam. Nhẹ chậm bút con chỉ muốn viết lên dòng cuối "Cầu nguyện những điều tốt lành nhất đến với bên Sư Giới Hương nhé - The best for you, Dear".

(Ni sinh T.N. Nguyên Ân)

Lớp Dịch Anh Văn Phật Pháp - Khóa 12, ngày 11/12/2019

2

Kính thưa Ni sư T.N. Giới Hương, lại là con, người mà Sư nói là "Con là người Mỹ tái sanh ở đất nước Việt Nam, nên phát âm tiếng Anh giống người bản xứ Mỹ quá!" hihi…

Kính thưa sư, Hôm nay con viết vội vài dòng nhân ngày Nhà giáo Việt Nam.

Những lời hay có lẽ các bạn con đã nói hết rồi, con là đứa

văn chương vụng về. con không nói được lời hoa mỹ, thôi thì con nghĩ sao nói vậy nhé!

Duyên Thầy-Trò với lớp Anh Văn Phật Pháp ngắn quá Sư nhỉ, mới ngày nào gặp Sư mà tối nay Sư đã lên máy bay về phương trời bên kia - cách xa nửa vòng Trái đất, biết khi nào gặp lại hả thưa Sư? Con còn nhớ mỗi lần con đi học trễ, Sư liền hỏi lớp: “Quảng Hòa đâu rồi? Em có giọng đọc hay giống Mỹ đó, em đó có đi học không?” Làm sao con dám nghỉ một buổi học thân tình ạ, Sư đã không quản đường xá xa xôi để đến với lớp, còn tụi con từ Ni xá đi ra lớp học chỉ vài bước chân an lạc.

Sư Giới Hương rất dịu dàng, giọng nói rõ ràng, giảng dễ hiểu và cuối giờ thường sumarize lại để Tăng Ni sinh nắm những điều quan trọng. Sư dạy rất nhiệt tình, sáng bốn tiết, chiều bốn tiết, trưa ở lại dùng cơm nơi Học viện, mà Sư chưa hề than mệt, còn tụi con, chút xíu đã “mệt quá Sư ơi,” “nhiều bài quá Sư ơi!” Thời gian không cho phép, con xin kính chúc Sư thân tâm thường lạc. Nụ cười hiền từ của Sư khiến học trò chúng con ấm áp lắm. Nếu có thời gian, Sư về thăm Học viện và dạy chúng con nữa, Sư nhé!

(Ni sinh T.N. Quảng Hòa)

3

Thầy Cô là những người lái đò thầm lặng đưa các học trò đến bờ thành Công.

Kính chúc quý Ni sư Giới Hương luôn là ngọn hải đăng soi đường chúng em, là bóng cội Tùng che chở cho các thế hệ tiếp nữa thành những con người có ích cho xã hội, chúc Thầy Cô giáo thọ, giảng viên luôn khỏe mạnh và sống an lạc hạnh phúc.

(Tăng sinh T. Tâm Phương)

4

Dear Master T.N. Giới Hương, I am very happy when I am learning English under your guidance. You are the friendly educator and a deep calm philosopher who opened my mind and helps me understand the world around me better. I thank you so much I love and respect you.

Venerable Giới Hương learnt the well knowledge from American and Indian universities so that you shared it with us. We are so interesting at your academic information. You know how to explain, give the new knowledge and bring us to many good approaches on the intellectual ways. Besides, you are a great Teacher to know how to form the strong relationship with students by lets talk, share and write to you, so that you can know our feeling, thinking, ability and level. You often summarize things by writing on the blackboard, it would help us to catch the lesson meanings.

You are special teachers whom we remember you our dear lecturer forever.

On the Teacher Day of November 10, 2019, I would you like to say "Thank you and Love You."

(Ni sinh T.N. Thọ Liên)

5

Kính thưa quý Thầy Cô giáo thọ!

Đối với người xuất gia thì ngày lễ 20/11/2019 không phải là ngày lễ chuyên của Phật giáo, nhưng với tinh thần "Phật pháp bất ly thế gian pháp" và cũng là hòa mình cùng với niềm vui chung tất cả những người học trò trên khắp cả nước, hôm nay chúng con có một buổi tri ân dành cho những Thầy Cô giáo thọ.

Quý Thầy Cô là người đưa đò thầm lặng, những người đã

ngày đêm thao thức bên trang giáo án để truyền đạt cho chúng con tri thức, những bài học, không chỉ nằm trong sách vở. Hơn thế nữa, qua mỗi ngày lên lớp, quý giáo thọ còn truyền cho chúng con những bài học đạo lý, những kinh nghiệm ứng xử, những chia sẻ cuộc sống hằng ngày cũng như kinh nghiệm tu tập.

Đối với chúng con, niềm tin tri ân này không phải chỉ có trong ngày hôm nay, mà đó là mãi mãi, nó sẽ theo chúng con trong suốt quảng đời còn lại. Bởi vì người xưa có dạy: "Nhất tự vi sư, bán tự vi sư".

Hôm nay chúng con mượn ngày lễ để bày tỏ lòng tri ân và một chút tinh thần báo ân của chúng con đối với quý giáo thọ. Chúng con nguyện hồng ân Tam Bảo gia hộ cho quý giáo thọ thân tâm an lạc, mãi là con thuyền lớn để đưa chúng con sang những bến đò tri thức mới.

(Ni sinh T.N. Tâm Hiếu)

6

Kính thưa Ni sư T.N. Giới Hương! Thời Gian trôi qua, tuổi tác đã hằn sâu qua những nếp nhăn trên trán của Sư, làm cho tóc Sư thêm nhiều sợi bạc, nhưng tấm lòng từ bi, yêu thương của Sư đối với lớp chúng con mãi mãi không phai nhạt.

Mỗi lần Sư về Việt Nam, Sư như một ngọn tháp chỉ đường, chỉ dẫn chia sẻ kiến thức với nhiều lớp học, giúp chúng con trên lộ trình học thành nhân, thành người hữu ích. Sư là người lái đò sớm tối vẫn miệt mài với dòng người đi qua dòng trí thức. Ôi! Công lao của Sư, khó có giấy bút nào có thể viết hết được, khó có lời nói nào ca tụng hết được ân đức ấy.

Nhân ngày Nhà giáo, chúng con kính chúc người luôn được mạnh khỏe, an lạc để dẫn dắt chúng con gần với chân trời trí thức. Đem lại cho chúng con ngày càng nhiều bài học hay và bổ ích.

(Ni sinh T.N. Liên Thành)

7

Nếu được hỏi, thành Công của Tăng Ni sinh chúng con bắt nguồn từ đâu? Con sẽ trả lời rằng: Là quý sư Giáo thọ - người đã mang đến cho chúng con kiến thức, hành trang bước vào đời.

Ni sư Giới Hương kính, Bài giảng của Sư luôn phong phú, nhiều màu sắc, mỗi chương, mỗi tiết đều tựa như một cửa sổ mở ra trước mắt chúng con. Sư tận tụy giải nghĩa từng chút, rồi viết cả trên bảng để Tăng Ni sinh viết xuống giấy cho chắc ăn; tình thương của Ni sư đã gieo hạt giống mùa xuân, gieo hạt giống ý tưởng, gieo hạt giống sức mạnh để tiếp bước cho chúng con, để mai sau tung cánh bay cao, hay xa vào vùng trời tri thức.

Hôm nay nhân ngày hiến Chương Nhà giáo Việt Nam 20/11/2019, con kính gởi đến Sư những gì tốt đẹp nhất, được thật nhiều sức khỏe, an lạc để tiếp tục dìu dắt bao thế hệ học trò mai sau đến bến bờ tri thức. Con không phải là học trò xuất sắc nhất của Sư, nhưng Sư là người con tôn kính nhất. Trong ngày hôm nay, con kính dâng Sư tấm lòng tôn kính của con mong trên Sư chứng nhận cho con.

(Ni sinh T.N. Nhuận Tường)

8

Quý Thầy Cô giáo thọ là hiện thân của người lái đò, đưa lớp lớp thế hệ tiếp nối sang sông đi tìm những chân trời mới cao, rộng. Chúng con làm sao nói hết Công lao của quý Ngài, bao ngày thầm lặng chuyên tâm làm Công việc trồng người cao quý ấy, không quản gian lao, dù tóc pha sương, áo bạc màu vẫn đưa đón thầm lặng. Chúng con những người khách sang sông vẫn hoài niệm Công ơn quý Ngài, chúc quý Ngài thân khỏe tâm an vững lái tay chèo đưa chúng con và đàn hậu học đến nhiều bến bờ trí thức vượt khỏi tối tăm, mê mờ.

(Ni sinh T.N. Huệ Nhã)

9

Ai người đánh thức đêm trường mộng.

Ai soi đường lồng lộng ánh từ quang.

Ai thắp lửa Bồ đề tỏa sáng.

Đạo vô vi sưởi ấm cả trần gian.

Người ấy chính là bậc Tôn Sư, các vị giáo thọ giảng viên khả kính, những người luôn thầm lặng hy sinh, thao thức vì thế hệ tương lai. Nhân ngày 20/11/2019 ngày Nhà giáo Việt Nam, ngày mà cả nước tôn vinh các Nhà giáo, con thành kính tri ân và chúc các vị Tôn Sư, các vị giảng viên thân tâm an lạc, sức khỏe dồi dào trí tuệ viên dung, mãi là những bậc Thầy khả kính của chúng con.

(Ni sinh T.N. Huệ Minh)

10

Một buổi chiều

Thầy lặng lẽ ra bến sông

Tập chèo đò

Miệt mài và thầm lặng

Chở bao lớp người qua bến sông mê

Không đợi người quay lại

Không ngóng trông

Không dối lòng

Làm một người đưa đò vô danh.

Và phải chăng giữa dòng đời tuôn chảy, sóng vô minh bập bềnh đang nhấn chìm chúng sanh vùng vẫy trong bể sông mê lầm. Thoáng đâu đó trên chiếc thuyền nan hình ảnh những người lái đò nắm vững tay chèo hướng về chân trời ấy, quặn lòng xa xăm nhìn đàn con thơ khờ dại. Ông lái đò nắm tay cứu lấy con lên thuyền Bát Nhã vượt thoát trùng dương sanh tử, chiếc thuyền từ ấy chở nặng bao ân tình, bao hạnh nguyện đang ngày dêm miệt mài căng buồng rẽ sóng lướt nhanh đến bến bờ giải thoát. Và Thầy là thế đó.

Thầy đã đến với chúng con bằng cả tình thương và tuệ giác. Người đánh lên hồi trống pháp, nhổ neo từ những si mê, ố trược trần thế, biến những trang kinh thành dòng sữa cam lồ tưới tẩm mảnh đất tâm si mê, khô cằn, gai góc làm sống dậy những mầm Bồ đề bấy lâu ngủ quên trong ngũ dục, để chúng con biết quay về với giáo pháp Như Lai mà tu tập hành trì.

Con quỳ xuống với lòng thành Chánh Niệm

Lạy ơn Người một thuở đã khai tâm.

Ai đó đã nói rằng: "Sống để người khác thương là khó, nhưng sống hiện cái khó giúp người khác tiến bộ lại càng khó hơn". Bởi lẽ đằng sau những ánh mắt tưởng chừng như lạnh lùng, giá buốt, nhưng đèn soi nghiêm khắc ấy là cả một biển trời dịu ngọt của tình thương bao la vô bờ bến mà Thầy dành cho chúng con. Không biết đến bao giờ chúng con mới hiểu hết nỗi lòng thổn thức ấy của quý Ngài dành cho chúng con. Chúng con nhớ lắm những bài pháp sống động, xoáy sâu vào nội tâm chúng con, để rửa trôi những rác rến lậu hoặc, ác pháp trong tâm. Những bài học của quý giáo thọ về nhân cách đạo đức của một tu sĩ chân chánh, bài học về cách sống độc hành độc bộ, tự vươn lên bằng đôi chân của chính mình, tự thắp đuốc lên mà đi, chứ không phải làm nô lệ cho ngũ dục, mượn đạo tạo đời, thân trụ không môn mà tâm hàng trần tục... và còn nhiều nữa những bài học của quý Ngài.

Kính thưa Chư vị Tôn Sư khả kính! Nhân ngày 20/11/2019 lại trở về chúng con thành tâm cúi đầu, đảnh lễ tri ân Chư Tôn Đức giáo thọ Sư đã không quản nhọc nhằn, nắng mưa dãi dầu đến với chúng con. Chúng con xin nguyện sẽ cố gắng nỗ lực tu hành và học tập, luôn ghi nhớ và thực hành những lời dạy của quý Ngài, dõng mãnh tiến lên bằng con đường tự lợi, lợi tha để sau này nối tiếp chư vị hiền nhân đem đạo vào đời lợi lạc cho chúng sanh.

Chúng con nguyện hồng an Tam Bảo gia hộ quý Ngài pháp thể kinh an tuệ đăng thường chiếu, mãi là chiếc thuyền từ đưa chúng con và chúng sanh đến bến bờ an nhiên tĩnh lặng.

Con cúi đầu lạy tạ nghĩa ân sâu
Bao tháng năm hy sinh và dạy dỗ
Bút mực đây ngôn từ xin khép lại
Bởi văn chương không thể tả ơn Người.

(Ni sinh T.N. Vạn Xuân)

11

Nhân ngày lễ Nhà giáo 20/11/2019 ngày lễ tri ân và báo ân của những người học trò, đối với bậc Thầy Cô giáo thọ đã không quản ngại tuổi già sức yếu, đường xá xa xôi, đã dành thời gian, tâm huyết để đến với lớp, truyền trao cho chúng con những bài học quý báu. Giờ đây, ngôn từ chúng con thật hạn hẹp không thể nào diễn tả hết tấm lòng của chúng con, tập thể Tăng Ni sinh chúng con xin gói trọn tấm lòng vào những bó hoa và món quà nhỏ mọn này. Cầu Chư Phật gia hộ cho quý Thầy Cô giáo thọ nhiều sức khỏe, Phật sự viên thành, mãi là con thuyền để đưa chúng con sang bến bờ an vui, giải thoát.

Ơn giáo dưỡng một đời nên huệ mạng
Nghĩa ân sư muôn kiếp khó đáp đền.

(Ni sinh T.N. Quảng Trí)

Ni sư Giới Hương và Tăng Ni sinh lớp Anh Văn Phật pháp, Ngày 20 tháng 11 năm 2017

12

Người Thầy giáo như ngọn nến lung linh, dốc hết sức lực truyền trao kiến thức cho thế hệ mai sau. Rồi một ngày, ngọn nến ấy bị cạn kiệt và vụt tắt, như Người Thầy cũng theo luật vô thường rồi hoại không. Thế nhưng, ngọn nến kia ngày càng tỏa sáng, như thế hệ mai sau vẫn đem những kiến thức mà mình đã nhận từ Thầy tiếp tục trao lại cho thế hệ kế tiếp. Thế đấy, ngọn nến ấy sẽ sáng mãi, sáng mãi vượt cả không gian và thời gian. Ngôn ngữ không thể nói hết lời tri ân, nhưng cũng xin mượn nó để hòa nên tâm tình của những người học trò.

Xin nguyện cầu cho quý Thầy Cô luôn được thân khỏe tâm an, mãi là bến đỗ bình yên cho chúng con luôn tìm về, luôn ghi khắc trong tim.

Hương của các loài hoa
Không ngược bay chiều gió
Nhưng hương người đức hạnh
Ngược gió khắp tung bay.
(Kinh Pháp cú)

(Ni sinh T.N. Minh Thanh)

13

Lại một mùa Đông nữa đến, rừng Thiền bao lần thay lá, chúng con lại hân hoan đón chào ngày Nhà giáo Việt Nam 20/11/2019, hôm nay ngẫm nghĩ về những Thầy Cô đã qua, cũng như quý Thầy Cô đang dạy mình, lòng không biết gì hơn ngoài việc tri ân sâu sắc đến quý Ngài.

Thời gian đi qua để lại vết hằn trên gương mặt và làm bạc đi màu tóc của quý Thầy Cô. Sắp ra trường rồi mới cảm thấy quyến luyến, sao cái cảm giác được ngồi trên ghế và lắng nghe quý Ngài dạy dỗ bình yên chi lạ. Thầy Cô của chúng con ơi, mong các Ngài luôn an khang giữa trần gian bão tố, hình ảnh của quý Ngài luôn là điểm tựa tinh thần của chúng con.

Kính dâng quý Thầy Cô ngày 20/11/2019 tấm lòng tri ân của chúng con.

(Ni sinh T.N. Hữu Nguyện)

14

Cổ đức có dạy:

"Ơn giáo dưỡng một đời nên huệ mạng,
Nghĩa ân Sư muôn kiếp khó đáp đền."

Cha ông ta cũng đã dạy làm người phải biết tri ân và báo ân đối với những người đã có Công dạy dỗ, giúp đỡ chúng ta nên người. Thầy Cô không những dạy cho chúng con những kiến thức, trí thức về môn học, mà còn cho chúng con những tình cảm ấp áp, yêu thương. Có thể nói Viện Phật học Việt Nam, TP.HCM, là một phần của cuộc đời của chúng con tu học gắn bó, ở đó chúng con được nuôi dưỡng và trưởng thành từng ngày cả về mặt thể chất lẫn tinh thần. Công ơn của quý Thầy Cô dù tốn biết bao giấy mực cũng không sao diễn tả hết.

Hôm nay, nhân ngày Nhà giáo Việt Nam 20/11/2019, chúng

con xin gửi những lời thành kính tri ân sâu sắc nhất đến quý Thầy, Cô. Kính chúc quý Thầy Cô thân thường an, tâm thường lạc, vạn sự cát tường, mãi là con đò lớn, bóng cây cao, dìu dắt và che chở chúng con trong suốt quá trình vươn tầm tri thức và bồi dưỡng đạo hạnh. Con xin kính ơn quý Thầy, Cô.

(Ni sinh T.N. Pháp Huệ)

15

Nhân ngày lễ Nhà giáo 20/11/2019, ngày mà toàn thể phận làm trò phải nhớ đến Công ơn của chư giáo Thọ, giảng viên. Không phải cả năm chỉ có một ngày để nhớ, mà chọn ngày này để tượng trưng làm kỷ niệm và tôn vinh.

Để hòa chung không khí này, con gửi lời kính chúc đến toàn thể chư vị Giáo Thọ, giảng viên lời chúc sức khỏe. Bởi rằng, tài sản lớn nhất của con người là sức khỏe và trí tuệ, ước mong chư vị, có được đầy đủ sức khỏe, đầy niềm an lạc để có thể hướng dẫn các thế hệ sau trên đoạn đường truyền trao kiến thức.

(Ni sinh T.N. Nhuận Hỷ)

16

Dear Master Ven TN Gioi Huong, the great thank and the beautiful flower to you. You are our teacher who encouraged us to going on our academic dream in abroad, shared the practice experiences, and a compassion heart to us.

I wish you to be happy journey & be proud of your students who are promised to be good ahead and win the ideal way.

Wish you A Happy Vietnamese Teachers' Day!

(Ni sinh T.N. Thuần Nguyên)

17

Con xin chân thành cảm ơn sự dạy dỗ của quý Thầy, Cô để con trưởng thành như ngày hôm nay, con kính chúc quý Thầy Cô luôn mạnh khỏe an vui trong cuộc sống!

(Ni sinh T.N. Tâm Chơn)

18

Ngày lễ 20/11/2019 là ngày để những người học trò khắp trên đất nước Việt Nam bày tỏ lòng biết ơn đối với Thầy Cô giáo. Tăng Ni sinh chúng con hòa mình vào không khí ấy, hướng về tri ân đối với các vị giáo thọ kính yêu của mình.

Kính thưa Ni sư T.N. Giới Hương! Ni sư là người trao cho chúng con kiến thức về Phật Pháp, là người trao cho chúng con kinh nghiệm tu học và giới thân huệ mạng. Ni sư là người đã mang chúng con từ nơi tối vào ánh sáng. Với những ân đức như vậy, chúng con biết rằng mãi mãi và mãi mãi về sau vốn không có gì đáp trả Công ơn và những gì con viết ra đây cũng chỉ là lời bày tỏ tượng trưng.

Câu thơ này để chỉ cho tấm lòng người mẹ, nhưng đối với hàng tu sĩ chúng con thì quý Thầy Cô là những người Mẹ thứ hai của chúng con, khai sinh con ra trong căn nhà Phật Pháp.

Nhân ngày 20/11/2019, con xin chân thành đốt nén tâm hương dâng lên tất cả những vị Thầy Cô giáo thọ, hướng về người với lòng tri ân sâu sắc. Kính chúc Chư tôn Giáo Thọ cùng Ni sư T.N. Giới Hương sức khỏe dồi dào, luôn là tàng cây vững chắc cho chúng con nương tựa để đủ sức, vững bước trên những con sóng của cuộc đời và thẳng tới đường giác ngộ, phụng sự chúng sanh.

(Ni sinh T.N. Thuần Huy)

19

Người lái đò thầm lặng - quý vị giảng viên nơi Học viện Lê Minh Xuân Phật Học viện Việt Nam, TP.HCM này, vốn tâm huyết, vốn vì sự kế thừa giáo pháp, truyền trao vốn kiến thức cơ bản, kỹ năng tất yếu cho Tăng Ni sinh vào đời hoằng pháp theo dấu Như Lai. Phải chăng đâu chỉ có ngày 20/11/2019 thì tất cả kẻ cầu học, học sinh, sinh viên mới làm lễ tri ân, báo ân?

Thưa không các bạn!

Người học Tăng, học Ni luôn ấp ủ trong lòng mình, "kẻ xuất gia đầu Phật" vay mượn bát cơm vạn nhà, mục đích dâng cho đời những hoa thơm trái ngọt. Thế giới hòa bình, nhân sinh an lạc, thì sao dám quên Tứ ân bất cứ phút giây nào. Ân Đức Phật vời vợi, nghĩa Thầy trò sâu nặng, Công cha mẹ sanh thành, ơn đàn na thí chủ, chúng sanh vạn loài.

20/11 là cột mốc để nhắc ai đã sống vội vàng quên đi ơn trọng, dừng lại nhớ nghĩ về và soi vào suy nghĩ hành động của chúng ta cũng như soi vào Giới Luật, Luật Pháp đạo đức mà trở về thánh thiện. Lại nữa, ngày mà cơ hội cho kẻ hậu lai được bày tỏ chút lòng thành, cũng như lễ nghĩa trước sau để vẹn tròn đạo nhân ở đời, để noi gương và làm gương cho kẻ hậu học tiếp giữ và kế thừa những truyền thống tốt đẹp của Ngày Nhà giáo.

Thầy, Cô không mong đền đáp, nhưng kẻ hậu học có kính Thầy mới được làm Thầy, mới thành nhân thì mới có thể trưởng thành gánh vác tiếp nhận những bài học đang được truyền trao. Ân nặng như núi, người tu sĩ đặc biệt là học Tăng, học Ni chúng con vô vàng xúc động và lại dặn lòng hơn "mình đã nhận quá nhiều" cuộc sống là cho đâu chỉ có nhận riêng mình, thêm tự tin vững bước đi theo con đường bậc tiền bối muốn trao!!! không chỉ là cho kiến thức.

(Ni sinh T.N. Liên Kính)

20

Nhân ngày Nhà giáo 20/11/2019, Tăng Ni sinh chúng con xin gửi ngàn lời yêu thương và tấm lòng tri ân đến tất cả các Thầy Cô giáo cũng như các vị Giáo thọ thân yêu.

Chúc các vị luôn khỏe mạnh, hạnh phúc, an lạc tự tâm và luôn là ngọn đuốc trí tuệ soi sáng cho đàn hậu học chúng con.

Có một nghề bụi phấn dính đầy tay
Đó là nghề cao quý nhất trần gian
Giúp kẻ mê tỏ ngộ rạng rừng trí
Để đời người thấm điểm những màu son.

(Ni sinh T.N. Nhuận Ngọc)

21

Nhân lễ Nhà giáo 20/11/2019 con không biết dùng lời chúc nào để bày tỏ lòng biết ơn của bản thân đến với các giảng viên bởi cái tấm lòng của người Thầy, người Cô quá lớn lao làm sao lời chúc có thể chứa đựng hết. Đối với con hình ảnh người Thầy, người Cô ấy đã trở nên quá thiêng liêng, tấm lòng tận tâm tận tụy sớm hôm vì sự nghiệp trồng người. Thầy Cô cho chúng em, uốn nắn định hình một tư tưởng tốt để trước hết dù chưa đóng góp gì cho xã hội nhưng ít ra cũng trở thành người Công dân tốt cho đạo và đời. Một con người tốt có trách nhiệm với ngay chính bản thân mình, con là người đã được nhận quá nhiều từ Thầy Cô, con hứa sẽ cố gắng học tập rèn luyện hoàn thiện bản thân và noi gương Thầy Cô để đóng góp cho xứng đáng những gì chúng con may mắn nhận.

(Ni sinh T.N. Chơn Lợi)

22

Nhân ngày lễ Nhà giáo 20/11/2019, Tăng Ni sinh chúng con xin kính chúc tất cả các vị giáo thọ, tất cả các vị đang làm Thầy Cô giáo giảng dạy ở khắp nơi trên thế giới lời chúc sức khỏe, thân tâm thường an lạc, mãi là bóng bồ đề che mát cho chúng con, mãi là con đò trí thức hướng dẫn đưa chúng con đến bến bờ của tuệ giác. Xin thành kính tri ân đến tất cả chư vị.

(Ni sinh T.N. Tâm Thành)

23

Nghề giáo là một nghề rất cao quý, một nghề huy sinh thầm lặng. Với lòng mong mỏi truyền tải những kiến thức và đạo làm người cho học trò thân yêu. Nhân ngày Nhà giáo Việt Nam chúng con không biết lấy gì để đền đáp Công ơn cao quý Thầy Cô đã không quản nhọc nhằn, đường xá xa xôi để đến với chúng con, để truyền tải giáo pháp cho chúng con, giúp chúng con vừa hoàn thiện nhân cách vừa hoàn thiện trí thức.

Mỗi năm chỉ có một ngày, nhưng những ngày còn lại, chúng con vẫn luôn mang trong mình nỗi lòng biết ơn ấy và chúng con luôn cầu Chư Phật gia hộ cho quý Thầy Cô luôn được mạnh khỏe, bình an, luôn là cây đại thọ che mát cho tâm hồn chúng con. Chúng con nguyện sẽ theo bước chân của quý Thầy, Cô, gieo mầm trí tuệ đến với nhân loại đang khổ đau, đem giáo pháp mà quý Thầy Cô truyền trao đến với nhân sinh.

(Ni sinh T.N. Thánh Diệu)

24

Công Thầy một nắng hai sương

Ngày ngày đến lớp truyền trao pháp mầu.

Bình minh cho đến đêm thâu
Ngẫm suy giáo án tiếp đàn hậu nhân
Một lòng tha thiết tri ân
Công Thầy dạy dỗ tháng ngày yêu thương.

Hôm nay nhân ngày 20/11/2019 ngày Nhà giáo Việt Nam, mượn ngôn ngữ thế gian viết nên câu thành kính.

Kính bạch trên Thầy giáo thọ Sư, người Cha, người Mẹ hiền khả kính. Mỗi ngày qua đi, tóc Thầy thêm điểm trắng, đôi tay mỏi dần và đôi bàn chân cũng trở nên yếu ớt. Ấy vậy, tâm và trí của Thầy mãi nở hoa thơm ngát. Với lòng từ mẫn thương tưởng chúng con là thế hệ sau, Thầy quên đi sự nhọc nhằn của thân tứ đại vô thường, ngày đêm thắp sáng ngọn đèn trí tuệ để đến lớp truyền dạy cho chúng con. Tâm tư của Thầy cao cả rộng lớn biết bao vì luôn đặt hàng hậu học nơi vị trí cao nhất trong trái tim của mình, với ý nguyện "chúng là người kế vãng khai lai, tiếp nối ngọn đèn chánh pháp, giữ gìn Pháp Bảo, làm Phật pháp được truyền lưu".

Công đức, ân đức rộng lớn ấy, ngôn từ làm sao nói hết cho bằng được. Là một người học trò, chúng con nguyện mười phương Chư Phật luôn gia hộ Thầy mãi mạnh khỏe, tuệ tâm mãi khai sáng để tiếp tục sự nghiệp "truyền đăng tục diệm" thiêng liêng này, Một lần nữa chúng con thành kính tri ân đến bậc Thầy cao cả của chúng con.

(Ni sinh T.N. Vạn Thiện)

25

Nhân lễ Nhà giáo 20/11/2019. Con kính chúc quý giảng viên sức khỏe, tươi trẻ, đầy nhiệt huyết tâm vững bền, để dìu dắt chúng con đàn hậu học, mang ánh sáng trí tuệ đến với chúng con. Chúng con thành thật vô cùng biết ơn đến quý giảng viên.

A Negative Mind will never give you a Positive Life.

Và chính các Ngài là những người có một tấm lòng bao dung đối với học trò của mình dù đôi khi có những lúc học trò không ngoan, vì có những lúc học trò ham chơi nên lãng quên việc học, làm bài tập nhưng chính quý Thầy Cô đã động viên an ủi, từ những điều đó chúng con không biết lấy chi hơn là phải cố gắng học tập ạ.

(Ni sinh T.N. Đức Vân)

26

Từ trái: Hòa thượng Tâm Đức (Trưởng khoa Anh Văn Phật pháp), các giảng viên Đại đức Minh Thắng, Sư Cô Huệ Hòa, Ns Giới Hương, Sư Cô Tâm Thảo, Thầy Trí Thanh và Cô Trúc Duyên đang cắt bánh mừng Ngày Nhà giáo VN cùng với Tăng Ni sinh Khoa AVPP ngày 20/11/2019

Ngày lễ Nhà giáo 20/11/2019 là một ngày đặc biệt dành cho các Thầy Cô giáo. Là ngày để các học trò thể hiện lòng tri ân, báo ơn của mình đối với người đã thắp sáng ngọn đèn trí tuệ.

Để thể hiện lòng tri ân sâu sắc, chúng con không biết làm gì hơn ngoài việc cố gắng học tập và trao dồi bản thân để không phụ lòng Thầy Cô giáo. Bên cạnh đó, chúng con cũng xin gửi lời chúc tốt đẹp nhất đến quý Thầy Cô giáo thọ, đặc biệt là Ni sư T.N. Giới Hương - một vị giáo thọ Ni đang giảng dạy bộ môn Dịch thuật Anh Văn Lớp A1 và A2 (Bilingual Translating).

Chúng con kính chúc Ni sư T.N. Giới Hương cũng như tất cả các Thầy, Cô giáo thọ luôn được khỏe mạnh, trí tuệ sáng soi để dìu dắt chúng con trên bước đường tu học. cầu nguyện Phật lực gia hộ cho quý Thầy Cô mọi Phật sự đều viên thành.

Mong Ni sư T.N. Giới Hương về Việt Nam mỗi năm để tiếp tục dạy học và truyền trao kiến thức cho tất cả chúng con.

(Ni sinh T.N. Diệu Nhân)

27

Kính gửi Sư phụ T.N. Giới Hương và tất cả Giáo Thọ Sư,

Chúng con vô cùng biết ơn vì được gặp Sư phụ T.N. Giới Hương- một người Thầy đã tận tâm truyền cảm hứng, sách tấn và hướng dẫn chúng con trên con đường tu tập trong đời sống tu viện và tập học dịch Phật pháp bằng sinh ngữ Anh văn trong lớp Anh Văn Phật Pháp của Học Viện Phật Giáo, TpHCM.

Cảm ơn Sư phụ từ Hoa Kỳ đã chịu khó bay nửa vòng trái đất để thường xuyên trở về Việt Nam, mang theo ánh sáng tri thức để chia sẻ với Tăng Ni Sinh chúng con. Những lời dạy với kinh nghiệm thực tế của Sư phụ đã để lại những bài học vô giá làm phong phú thêm vốn kiến thức nhỏ bé của chúng con. Chúng con rất vui được đón nhận những lời chia sẻ hữu ích và hiền dịu của Sư phụ để làm hành trang trên bước đường tu học phía trước.

Vào ngày 20 tháng 11, chúng con thành tâm đảnh lễ, kính chúc Sư phụ T.N. Giới Hương và tất cả Giáo Thọ Sư, những người Thầy kính yêu của chúng con, được vô vàn thành Công và hạnh phúc!

Sự tận tụy không ngừng nghỉ của các Ngài tiếp tục truyền cảm hứng và thắp sáng ngọn đèn bi-trí cho tất cả chúng con.

Cảm ơn các Ngài đã không ngừng cống hiến cho Nghề Nhà Giáo Cao Quý.

Chúc mừng Ngày Nhà giáo Việt Nam!

Đệ tử và học trò của Sư phụ,

T.N. Viên Nhuận

Giáo thọ T.N. Giới Hương cùng đệ tử Ni sinh T.N. Viên Nhuận tại Học viện Phật giáo Việt Nam, Cơ sở 1, Phú Nhuận, TP.HCM, ngày 18/8/2019

Dear Master T.N. Gioi Huong and All Teachers,

We are deeply grateful for the privilege of meeting you—a teacher who has sincerely inspired us, motivated us, and guided us in developing our skills in monastery life, practicing Buddhism, and learning it in English in Vietnam Buddhist University, HCM City.

Thank you, Master from the United States, to fly halfway around the world to regularly return to Vietnam, bringing the light of knowledge and training us to become virtuous and capable nuns. Masters' teachings with practical experience have left invaluable lessons that enrich our little knowledge. We are very happy to receive Masters' useful and gentle sharing as provisions on our path of study and practice ahead.

On November 20, I wish you, our beloved Teacher and all Masters, endless success and happiness!

Your unwavering dedication continues to inspire and light the insight lamp for all of us.

Thank you for your tireless commitment to the Noble Path of Teaching.

Happy Teachers' Day in Vietnam!

We love you dearly.

Your nun disciple and student,

Rev. T.N. Viên Nhuận

Sư Cô TN Viên Nhuận (thứ hai từ trái)
và các Ni sinh khoa Anh Văn Phật Pháp ngày 20/11/2019

Chương
3

Tấm Lòng Dâng Lên Thầy Cô

Tăng Ni sinh Khóa 13 - Khoa Dịch Ngôn Ngữ Pali

Lớp Dịch Pali Khóa 13, Chiều thứ ba 3/12/2019

1

Thầy Cô giáo là người có Công giáo dưỡng, chăm sóc mầm trí tuệ của những Tăng Ni sinh chúng con. Ngày Nhà giáo đã đến, chúng con không biết gì dâng lên cho Ni sư T.N. Giới Hương và tất cả quý giáo thọ, chỉ biết sẽ giữ hạnh kiểm, học giỏi để có những bông hoa (điểm 48, 49 và 50/50) kính cẩn dâng lên.

(Ni sinh Liên Quyết)

2

Chúng con kính tri ân quý giáo thọ sư, người đã khơi nguồn tuệ giác, nuôi lớn giới thân tuệ mạng. Quý Ngài đã gieo trồng và làm phát triển hạt giống trí tuệ, chỉ cho chúng con đâu là nẻo sáng của đời mình, giúp cho chúng con đi đúng con đường mà mình đã chọn. Như người lái đò, đã đưa biết bao thế hệ qua sông và ông lái đò ngày ngày vẫn âm thầm đưa người qua sông mà không đòi những người khách ấy phải nhớ đến mình. Thầy là con đường thanh lương đưa chúng con đến bờ giải thoát.

(Ni sinh Chơn Minh)

3

Chúng con thầm khấn nguyện cho quý Ngài giáo thọ và Ni sư T.N. Giới Hương luôn là những bóng cây đại thọ, để những chú chim bé nhỏ như chúng con luôn được ánh từ quang như quý Ngài che chở:

Ân giáo dưỡng một đời nên tuệ mạng
Nghĩa ân sư muôn kiếp khó đáp đền.

(Ni sinh Viên Nhuận)

4

Con xin chúc Ni sư T.N. Giới Hương cùng các Giáo thọ, Giảng sư lời tri ân sâu sắc. Nhân gian có câu: "Một chữ là Thầy, nửa chữ cũng Thầy." Dù là một chữ nhưng cũng là truyền trao bao tâm huyết của một người Thầy đi trước, hướng dẫn cho chúng con những kinh nghiệm trong giáo dục cũng như nhân phẩm đạo đức.

Kinh chúc Ni sư T.N. Giới Hương cùng các Giáo thọ sư mãi là những ngọn đuốc, những bóng cây đại thọ che chở, nâng đỡ chúng con trên con đường hướng đến chơn, thiện, mỹ.

(Thích Nữ Vạn Hậu)

5

Nghề giáo bao đời nay luôn được xem là nghề cao quí và nghề trồng người. Dưới ánh sáng mặt trời này, không có nghề nào cao quí hơn nghề dạy học.

Chúng con xin cảm ơn Ni sư T.N. Giới Hương và các Thầy Cô giáo đã dạy dỗ chúng con nên người và cho chúng con có được như ngày hôm nay.

(Thích Nữ Tâm Kính)

6

Con kính chúc Ni sư T.N. Giới Hương cùng tất cả giảng viên của Học viện Phật giáo Việt Nam, TP.HCM, luôn là những bậc Thầy mô phạm gương mẫu, là tấm gương sáng để chúng con noi theo và luôn có sự đổi mới hợp với thời đại để dạy cho chư Tăng Ni sinh những điều mới mẻ.

(Thích Nữ Tuệ Nhơn)

7

Khêu đèn trí tuệ muôn thuở ghi tâm ân giáo dưỡng
Lưu truyền đạo đức ngàn thu khắc cốt nghĩa khai tâm.

(Ni sinh Tuệ Thanh)

Ni sư Giới Hương và Tăng Ni sinh Lớp Nghệ Thuật Diễn Giảng Khóa 13, sáng thứ ba 3/12/2019

8

"Nguyện dĩ sư chí vi kỷ chí, hà đam Như Lai đích gia nghiệp" nghĩa là nguyện lấy chí Thầy làm chí con, gánh vác gia nghiệp của Như Lai; bởi lẽ chúng con biết được rằng: "Thủ du cố, mộc du kiên" (đất càng cứng, cây càng vững).

Quý Ngài là những người chăm bón đất cho chúng con vươn rễ bám sâu vào và đứng vững giáo pháp của đạo để làm lợi ích cho chúng sanh.

(Tăng sinh Thiên Phước)

9

"Nhất tự vi sư, bán tự vi sư" là câu nói xa xưa luôn lưu truyền, không có những người đi trước, chúng ta lấy gì có những kiến thức về sau, như qua sông không có thuyền làm sao đến bờ mau được.

Vì thế, người Thầy giáo hay ngày Nhà giáo giúp chúng ta suy ngẫm lại những gì đã qua, những người đã cho ta kiến thức, tấm thân huệ mạng, đẩy ta cao xa hơn với khoa học. Cuộc sống luôn có những thay đổi của thời gian, nhưng tình Thầy trò không bao giờ phai.

(Ni sinh Như Tuyết)

Ni sư Giới Hương và Tăng Ni sinh Khoa Hoằng Pháp, ngày 21/8/2023

Chương
4

Bông Hoa Kính Dâng
Ngày Nhà giáo

Tăng Ni sinh Khóa 13
Khoa Nghệ thuật diễn thuyết và xướng ngôn

Tăng Ni sinh dâng hoa và quà lên Ni sư T.N. Giới Hương ngày 20/11/2019

1

Ngày nào chúng con biết kính trọng, quý mến và muốn học nhiều hơn nữa, sự nhiệt huyết trong giảng dạy và học tập giữa Thầy Cô và trò thì mỗi ngày, mỗi giờ, mỗi phút, mỗi giây đó chính là ngày 20/11, Ngày Nhà giáo Việt Nam.

(Tăng sinh Tánh Mẫn)

2

Thầy tôi là một lái đò
Còn tôi học trò như khách sang sông
Mai này quay Bắc trở Đông
Lòng tôi vẫn hướng về ông lái đò!

(Tăng sinh Nhuận Dũng)

3

"Con chính là sự tiếp nối của Thầy": trải qua bao năm tháng, Phật pháp được lưu truyền đều là nhờ Công lao dạy răn của Thầy Tổ. Các Ngài là người đưa đò, đưa khách sang sông không từ gian khó, hoàn thành Công hạnh tiếp nối người xưa, tiếp dẫn hậu lai. Chúng con xin nguyện theo bước của các bậc Thầy tiếp tục duy trì và cố gắng để không hổ với người trước, không thẹn với người sau, hầu mong báo đáp ân đức trong muôn một.

Thầy là ông đò đưa khách sang sông
Chẳng mong lữ khách trả Công ông đò.

Với tâm lượng ấy, thật không bút mực nào tả nổi tấm lòng tri ân của chúng con kính đến Ni sư T.N. Giới Hương và các vị giảng sư giáo thọ.

(Tăng sinh Quảng Lợi)

4

Một ngày là Thầy, cả đời là Cha. Đó là tinh thần tôn sư trọng đạo. Những người học trò giống như những người con, phải biết kính trọng phụng dưỡng Thầy Cô như cha mẹ thứ hai của mình.

(Tăng sinh Trung Nhân)

5

Thầy ơi! Ơn lớn cao vời
Chúng con không thể dùng lời ngợi khen
Thầy như trăng sáng ngọn đèn
Soi đường dẫn lối chân quen vào đời
Để con không phải chơi vơi
Mau về bờ giác đến nơi an lành.

(Ni sinh Hạnh Tín)

6

Mỗi người sinh ra đều tự chọn cho mình mục đích và lý tưởng sống. Ni sư T.N. Giới Hương đã chọn con đường xuất gia và làm giáo thọ sư. Một người nguyện chắp cánh hỗ trợ cho Tăng Ni sinh chúng con những kiến thức, những trải nghiệm để chúng con đủ năng lực vào đời phụng sự và đủ khả năng để vượt qua những gian khó và thử thách của đời tu học… để tiếp nối sứ mệnh Như Lai sứ giả.

(Tăng sinh Quảng Nguyện)

7

Không có nghề nào cao cả và tôn quý như nghề Nhà giáo. Những người lái đò thầm lặng đưa biết bao thế hệ sang bờ tri thức. Người khơi nguồn tri thức cho nhân loại, tiếp nối đèn tri thức cho nhiều lớp học sinh.

Nhân ngày Nhà giáo 20/11, chúng con kính chúc Ni sư T.N. Giới Hương, vị giáo thọ ưu tú và đầy khả kính, người Thầy thầm lặng của bao thế hệ Tăng Ni sinh của chúng con và quý Phật tử. Người khơi nguồn tri thức Phật pháp. Một hình ảnh đẹp trong lòng chúng con.

Chúng con kính chúc Ni sư T.N. Giới Hương có thật nhiều sức khỏe, thân khỏe, tâm an, chúng sanh dị độ, tiếp tục truyền trao trí thức cho chúng con và nhiều thế hệ đàn em sau này. Tôn kính Ni sư rất nhiều.

(Tăng sinh Hồng Tánh)

8

Có câu nói: "Vân hà niệm sư trưởng ân? Phụ mẫu tuy năng sanh dục ngã thân, nhược vô thế gian sư trưởng, tắc bất tri lễ nghĩa; nhược vô xuất thế sư trưởng, tắc bất giải Phật pháp, "nghĩa là: "Thế nào là nhớ ơn sư trưởng? Cha mẹ tuy sinh dưỡng sắc thân ta, nhưng nếu không có sư trưởng thế gian thì không hiểu biết lễ nghĩa; không có sư trưởng xuất thế thì không hiểu Phật pháp."

(Ni sinh Pháp Duyên)

9

Con người từ khi sinh ra đến lúc chết đi, có ai mà không học tập. Từ nhỏ chập chững thì được cha mẹ dạy đi dạy đứng, đó là những người Thầy đầu tiên và đến cuối cuộc đời của mình. Bên cạnh đó, không thể phủ nhận sự dạy dỗ của Thầy Cô. Chúng ta cần nhìn nhận đúng đắn vai trò của giảng viên, người trao truyền kiến thức cho ta.

Chúng con biết rằng hạnh phúc của người giảng dạy chính là sự chăm ngoan, nỗ lực của học trò. Chính vì thế, thay vì nói lên những hoa từ để ca tụng Thầy Cô, chúng con sẽ luôn cố gắng học thật tốt, để không phụ lòng mong mỏi của Thầy Cô.

Nguyện chúc Ni sư T.N. Giới Hương cùng quý Thầy Cô thật nhiều sức khỏe và hỷ lạc trên con đường truyền trao kiến thức.

(Tăng sinh Trung Thiện)

10

Kính tặng Ni sư T.N. Giới Hương bài thơ:

Em nghe Thầy đọc bao ngày
Tiếng thơ đò nắng xanh cây quê nhà
Mái chèo nghe vọng sông xa
Êm êm như tiếng của bà năm xưa
Nghe trăng thở động tàu dừa
Rào rào nghe chuyển cơn mưa giữa trời
Thêm yêu tiếng hét mẹ cười
Yêu thơ em thấy đất trời đẹp ra.

(Trần Đăng Khoa)

(Tăng sinh Minh Hạnh)

11

Không phải chỉ có 20/11 mới là ngày để chúng ta biết ơn mà hầu như tất cả mọi ngày chúng ta đều phải tri ân những vị đã dạy, truyền trao kiến thức cho mình.

Có câu nói: "Đừng xem những gì họ nói mà hãy nhìn những gì họ làm." Nghĩa là điều tốt đẹp mà chúng ta làm để biết ơn giáo thọ giảng viên là chúng ta hãy trở thành những người như thế nào và có ích gì cho Giáo Hội hiện tại và tương lai.

(Ni sinh Chơn Niệm)

12

Một đời người, một dòng sông
Mấy ai là kẻ đứng trông bến bờ
Muốn qua sông phải lụy đò
Đường đời muôn bước cậy nhờ người đưa.
Tháng năm dầu dãi nắng mưa
Con đò tri thức Thầy đưa bao người
Qua sông gởi lại nụ cười
Tình yêu xin tặng người Thầy kính thương
Con đò mộc, mái đầu sương
Mãi theo ta khắp muôn phương vạn ngày
Khúc sông ấy vẫn còn đây
Thầy đưa tiếp những đò đầy qua sông...

(Người Lái Đò – Internet)

(Ni sinh Diệu Nhàn)

13

Thầy đã trải qua thời gian rất dài để tích lũy những kinh nghiệm và những kiến thức, có đôi lúc gặp những khó khăn và thử thách, nhưng với niềm đam mê việc giảng dạy mà Ni sư T.N. Giới Hương không quản ngại gian lao để đạt thành tựu như ngày hôm nay và đã truyền đạt tất cả sự hiểu biết của mình cho thế hệ trẻ tương lai.

Với tất cả tấm lòng chân thành và biết ơn sâu sắc, chúng con xin gởi lời chúc đến Ni sư T.N. Giới Hương thân khỏe tâm an, mãi là ngọn đèn soi sáng cho chúng con trên bước đường tu nhân học Phật.

(Ni sinh Liên Hân)

14

Qua sông rồi còn nhớ về bến vắng
Ông lái đò bao nghĩa nặng tình sâu
Ngày nào đó con lên tàu tri thức
Sẽ không quên ông lái đò năm xưa.

(Ni sinh Huệ Hoàng)

15

Những đợt sóng của dòng đời xô đẩy
Những lời Thầy là thuyền giác giúp con qua
Để một mai con đến bờ bỉ ngạn
Thầy và con là một, chẳng phải hai.

(Tăng sinh Minh Thuận)

16

Chư tôn đức giảng viên là những bóng cây cổ thụ, là những vị dẫn đường mở mang trí tuệ cho thế hệ hậu học chúng con đi đúng chánh pháp. Kính chúc chư vị giảng sư cùng Ni sư T.N. Giới Hương luôn an lạc và nụ cười không bao giờ tắt trên môi.

(Ni sinh Triều Nguyên)

17

Trên giảng đường có những thứ ôm hết vào lòng để chỉ giữ riêng cho mình, nó chẳng có ý nghĩa gì cả, nhưng nó lại vô giá với thời gian, khi và chỉ khi dốc hết tâm tư nguyện vọng cho đi, cho những ai khao khát muốn nắm bắt, cất giữ làm hành trang cho chính mình. Ngài có biết con muốn nói gì phải không?

Hôm nay là ngày 20/11, ngày dành cho các bậc Thầy luôn hướng về con trẻ, con trẻ ở đây không phải là trẻ con, mà là trong mắt Người, con luôn là con trẻ. Xin bày tỏ những gì cao quý, thiêng liêng, huyền diệu nhất đến Ni sư T.N. Giới Hương – bậc Thầy của chúng con.

(Tăng sinh Từ Viên)

18

Trong kinh Tăng Chi, Đức Phật dạy: "Này các tỳ kheo, có hai hạng người đáng trân quý. Thế nào là hai? Một là hạng người nhớ ơn và hai là hạng người biết báo ơn." Vì vậy, là một tăng sinh khi còn ngồi trên ghế nhà trường, chúng con không thể nào quên đi đạo lý này: "Uống nước nhớ nguồn, ăn trái nhớ kẻ trồng cây."

Ngày Nhà giáo Việt Nam là ngày tôn vinh những Thầy Cô giáo ngoài đời. Đối với Tăng Ni sinh thì khánh chúc các vị giáo thọ, thể hiện tinh thần tri ân, báo ơn mà Đức Phật dạy. Thể hiện cách sống đạo đức của người tu sĩ đối với các bậc trưởng thượng qua hành động và lời nói khánh chúc giáo thọ.

Bày tỏ lòng tri ân, niệm ân người thay Phật truyền dạy tri thức, người hướng dẫn tâm linh, điểm tựa bóng cây cho hàng hậu học.

(Tăng sinh Huệ Thới)

Nhớ ai thắp lửa đêm trường
Để cho tri thức mở đường tương lai
Nhớ ai chèo lái miệt mài
Chiếc thuyền Bát Nhã lướt dài sông thương
Đời con đầy đủ tư lương
Nghe lòng gợi nhớ mười phương Cô Thầy
Trong tâm ghi khắc đủ đầy
Sống tri ân và lòng này báo ân
Nay ngày Nhà giáo nhân dân
Lời thơ xin gởi ngàn lần cám ơn.

(Tăng sinh Bản Hoài)

19

Dân tộc ta luôn có ý niệm tìm về cội nguồn, cho nên những người học trò dù thành đạt hay không đều nhớ về Công ơn dạy dỗ của Thầy Cô.

Những người đã truyền trao kiến thức, kinh nghiệm trong đời sống, hơn thế nữa dạy đạo đức cho ta làm người. Thầy Cô là những người hy sinh rất nhiều cho tương lai và sự nghiệp của học sinh.

Hôm nay ngày 20/11 là ngày kỷ niệm, nhằm giúp cho tất cả những người học trò đã từng ngồi trên ghế nhà trường có được cơ hội bày tỏ nỗi lòng của mình đối với người đã từng dạy dỗ mình.

(Tăng sinh Hải Tấn)

Thầy trò bên nhau

20

Dù ở nhà hay đến lớp, mỗi người lớn lên, trưởng thành đều phải học hỏi, trau dồi và thực hành theo lời chỉ dẫn của các bậc tiền bối, bậc đi trước để lớn khôn. Ở nhà, Cha Mẹ là Thầy Cô. Khi đến trường thì Thầy Cô như Cha Mẹ truyền trao kiến thức, quan tâm, chăm sóc, chia sẻ từng cử chỉ hành động.

Mỗi ngày, mỗi ngày em trưởng thành, trở thành "nhân chi mỹ" nhờ sự hy sinh của Cha Mẹ Thầy Cô.

Nhân ngày Nhà giáo, tất cả những gì cao quý, tốt đẹp, xin dâng lên tri ân tất cả, bởi lẽ:

Có một nghề bụi phấn dính đầy tay

Mà ai ai cũng bảo là sạch nhất

Có một nghề không ươm mầm gieo hạt

Sao tạo ra nhiều quả ngọt hoa thơm.

Đó chính là Nhà giáo!

(Tăng sinh Thiện Hiếu)

21

Trên lộ trình tìm cầu học đạo, dưới những mái trường Phật học thân yêu, chư vị thân giáo thọ đã đổ bao tâm huyết để truyền trao cho chúng con những giáo pháp nhiệm mầu, nuôi dưỡng giới thân huệ mạng của chúng con.

Dẫu biết rằng đạo học tựa bể cả mênh mông, pháp mầu như hư không bất khả tận, lặn hụp để tìm chút ngọc ngà nơi đó, trong cả kiếp người mà chưa thấy. Chúng con đã được giáo thọ sư và chư tôn đức chỉ dạy và dẫn dắt.

Ân giáo dưỡng một đời nên huệ mạng

Để thành người kế vãng khai lai

Công đức ấy sánh bằng non thái

Mãi ngàn sau muôn kiếp khó đáp đền.

Dù không gian vô cùng, thời gian vô tận, nhưng nghĩa ân sư ngàn đời vẫn thấm sâu vào lòng người học Phật.

(Tăng sinh Thiện Huệ)

22

Ơn Thầy Cô rộng sâu biển cả

Dẫu trả muôn đời vẫn mãi không vơi

Nguyện Cô sức khỏe phước trí trang nghiêm

Dìu dắt tất cả qua sông mê về bến giác.

(Ni sinh Liên Duy)

23

20/11 là ngày thiêng liêng nhất, đó chính là Lễ Nhà giáo Việt Nam. Là học trò cũng là một vị Tăng Phật giáo, chúng ta luôn biết ơn đến những người từng dạy dỗ mình không chỉ là kiến thức mà còn đạo đức nữa. Tục ngữ có câu "Nhất tự vi sư, bán tự vi sư", nghĩa là một chữ là Thầy mà nửa chữ cũng Thầy.

Chúng con có nhân duyên với các giáo thọ sư, được bồi bổ những kiến thức mà có thể nói không có nơi nào hơn. Các Ngài không chỉ dạy mà còn che chở cho chúng con "như một chiếc thuyền lặng lẽ đưa khách sang sông" "như một vầng trăng soi rọi con đường là lối đi giải thoát cho chúng con".

Cuối câu con xin chúc Ni sư T.N. Giới Hương cùng tất cả các Ngài giáo thọ "tiến tới mục đích mà mình đã chọn, luôn luôn đem lợi ích cho người sống an lạc trên con đường giác ngộ.

(Tăng sinh Thích Trí Lạc)

24

Thuyền từ bao năm Thầy vẫn lái
Biết bao thế hệ, chấp cánh bay
Hỏi xem mấy ai quay trở lại
Nơi con thuyền xưa vẫn miệt mài
Người Thầy vẫn lái con thuyền ấy
Dẫu bao khó nhọc với đắng cay
Miễn sao trao được nguồn trí thức
Cho thế hệ sau bước này.

(Tăng sinh Thích Trí Hải)

25

Nhân ngày 20/11 để trả lòng tri ân đến với những bậc Thầy mô phạm cho hàng Tăng, ni trẻ, người đã đem tri giác đến cho nhân loài bằng tình thương và trí tuệ tuyệt vời của quý Ngài. Truyền đạt những linh hoa đi vào cuộc đời. Nhân ngày 20/11 gởi lời biết ơn đến những vị mang trên mình trách nhiệm Nhà giáo dục tâm linh, kính chúc quý Ngài luôn hoàn thành tốt sứ mạng giáo dục của mình.

Kính chúc quý Thầy Cô cùng Ni sư T.N. Giới Hương luôn hạnh phúc trong tình thương của đức Từ Phụ và thành tựu nhiều Phật sự giáo dục của mình.

(Tăng sinh Thích Chúc Hiếu)

26

Nhân ngày lễ Nhà giáo 20/11 thì trong tâm em lại xúc động và có những nỗi nhớ khó quên trong lòng, muốn bày tỏ tấm lòng bé nhỏ này dâng lên Chư Tôn Hòa Thượng, Chư thượng Tọa Chư đại Đức Tăng, Ni. Các vị tiền bối và đặc biệt là những vị ân sư, giáo thọ sư, đã ngày đêm gắng sức truyền trao kiến thức cho chúng em, bất kể nắng mưa. Vì chúng em hy sinh tất cả, để đưa đàn hậu học trở thành những trụ cột vững chắc trong Phật Pháp và có ích cho xã hội.

Nhân ngày Nhà giáo Việt Nam 20/11, em xin thành tâm kính chúc quý ân sư, chư vị giảng viên, giáo thọ sư một lời chúc bằng cả con tim với những thứ quý giá nhất của cuộc đời không gì cao quý hơn tấm chân tình. Cầu nguyện mười phương ba đời chư Phật luôn luôn gia hộ cho quý giáo thọ sư, ân sư một lời chúc chân thành nhất, tha thiết nhất. Chúc quý vị giáo thọ cùng Ni sư T.N. Giới Hương thân tâm an lạc, đạo tâm kiên cố, Phật sự viên thành, với chí nguyện hoằng pháp độ sanh, tiếp dẫn hậu lai báo Phật ân đức, luôn luôn là cây đại thọ che chở và giúp đỡ chúng em trong hôm nay cũng như mai sau.

(Tăng sinh Thích Minh Hiếu)

27

Nhân lễ Nhà giáo 20/11 chúng con không thể nào nói hết được những tâm tư, không thể diễn tả hơn về tình người Thầy đã dành cho chúng em. Thầy Cô là những người tri thức, truyền trao kiến thức, cho chúng con kiến thức, sự giác ngộ, khi chúng con học Phật. Thầy đã khai thị chúng con có kiến thức, nhìn nhận, tư duy cho chúng con hiểu biết thêm. Chúng con không biết nói gì hơn, chỉ cầu mong Ni sư giáo thọ T.N. Giới Hương và các Ngài giáo thọ được nhiều sức khỏe, để dẫn dắt chúng con trên con đường giác ngộ giải thoát. "Người lái đò thầm lặng, người trồng hoa trên đá, người lá ánh nhiên đăng soi bước cho chúng con! Cha ông có câu không Thầy đố mày làm nên."

(Tăng sinh Thích Minh Tấn)

28

Thầy Cô là những người thầm lặng, là chiếc đò chuyên chở nguồn tri thức đến cho những học sinh, từ thế hệ này sang thế hệ khác. Với sự cống hiến thầm lặng đó, các bậc Thầy Cô không mong gì ở học trò báo đáp Công ơn, mà chỉ mong làm sao cho người học trò nhận hiểu được tri thức, áp dụng vào cuộc sống, làm lợi ích cho chính bản thân và xã hội. Công ơn Thầy Cô vô cùng to lớn thật đúng với câu "nhất tự vi sư, bán tự vi sư". Chúng ta có được như hôm nay không thể không có Thầy Cô mà có được.

Chính vì thế, ngày 20/11 của nước Việt Nam là ngày để cho những ai từng ngồi trên ghế nhà trường, nhớ lại Công ơn Thầy Cô và có những lời chúc tốt đẹp. Phần nhiều mọi người đều chúc Thầy Cô được nhiều sức khỏe luôn là chiếc thuyền chuyên chở tri thức cho chúng con, hay những câu thơ ca ngợi Công ơn Thầy Cô…Những lời chúc thật sự và đáng quý, làm sao tiêu thụ những kiến thức mà Thầy Cô truyền đạt và tư duy suy nghĩ, áp dụng vào chính bản thân làm lợi ích cho nhân loại và xã hội đó là nền tảng mà Thầy Cô nào cũng mong muốn.

(Tăng sinh Thích Minh Thành)

29

Nhân ngày 20/11, con xin có đôi lời kính gởi quý giảng viên giáo thọ,

Kính bạch trên quý Ngài,

Chúng con cung kính nghe rằng: ở đời nhờ có Thầy Cô người dạy chúng con biết tri thức, lễ nghĩa thế gian đều là vô cùng trân quý và biết ơn. Tuy nhiên có điều đáng trân quý và tri ân cao hơn thế nữa, đó là chúng con được biết Phật pháp, biết được con đường tu tập, con đường tỉnh thức, vượt thoát khổ đau, tìm đến hạnh phúc an lạc chân thật chính là nhờ quý Giáo thọ đã khai nguồn tâm thức, đưa chúng con từ vô minh đến nẻo giác.

Trong giây phút này, giây phút mà chúng con muốn thể hiện tấm lòng tri ân vô hạn, chúng con kính chúc Thầy Cô được nhiều sức khỏe, trí tuệ sung mãn, để tiếp tục sự nghiệp độ sanh sớm được viên mãn. Chúng con xin hứa sẽ cố gắng tinh tấn tu học, nỗ lực hành trì để xứng đáng là những xứ giả Như Lai kế tục quý Thầy Cô. Ngưỡng mong trên quý Thầy Cô chứng minh cho lòng thành kính này.

(Tăng sinh Thích Giác Đức)

30

Nhân ngày Lễ Nhà giáo 20/11, con xin chúc quý Thầy Cô giảng viên trước tiên có thật nhiều sức khỏe, luôn được khỏe mạnh để có một tinh thần thật tốt, giảng dạy và giúp đỡ chúng con nhiều hơn trong những năm tháng chúng con còn học ở mái trường này, dù biết rằng, chúng con đôi khi không nghe lời luôn làm cho các Thầy Cô giáo phiền lòng, nhưng hôm nay đây mong quý Thầy Cô giáo vui vẻ bỏ qua những lỗi lầm và cười thật tươi để đón nhận món quà tinh thần, những lời chúc tốt đẹp nhất từ chúng con. Tuy nó không là gì nhưng đó là tấm lòng của chúng con muốn dâng lên quý Thầy Cô giảng viên, vì chỉ có dịp hôm nay thôi, chúng con mới được tỏ lòng tri ân với quý Thầy Cô, chúng con xin hứa sẽ cố gắng thật nhiều, cố gắng học tập với tâm huyết của quý giảng viên. Lời cuối con xin chúc quý Thầy Cô giáo thân khỏe, tâm an, đem những kinh nghiệm của mình để truyền dạy lại cho chúng con có nhiều hành trang để đi tiếp theo con đường Đức Phật đã chỉ dạy, mang lại lợi ích tốt đẹp cho bản thân và mọi người.

(Tăng sinh Thích Nhuận Cảnh)

31

"Có ai hỏi nghề gì tôn quý nhất

Xin mỉm cười nghề giáo mà thôi!

Thật vậy, kính thưa quý Ngài, từ sâu thẳm trong tâm thức của chúng con, giáo viên không còn là nghề nữa, mà đã là một sức mạnh thiêng liêng, là những người lái đò vĩ đại đưa khách sang bờ tri thức, là những tàu vũ trụ đưa con người tới đỉnh cao văn minh nhân loại không chỉ là trách nhiệm "sáng lên lớp, chiều xuống lớp", mà còn là một tình thương bao la, sự kỳ vọng mãnh liệt ẩn sau những buổi dạy đó. Ân nghĩa thì bao la nhưng ngôn ngữ lại có hạn, bút mực học trò không thể bày tỏ hết sự biết ơn Thầy Cô chỉ có thể cảm bằng tâm mà thôi.

Nhân kỷ niệm Ngày Nhà giáo Việt Nam, chúng con kính gửi quý Ngài lời tâm nguyện "người lái đò thầm lặng" của mình chúng con biết những lời chúc cũng chỉ là mỹ từ trên vành môi, thay vào đó là sự nỗ lực học tập, tu tập… Đó mới chính là phần quà tôn quý nhất dâng lên quý Ngài, tâm nguyện của bậc cao quý nhất trong những bậc cao quý.

(Tăng sinh Thích Giác Duyên)

32

Hàng năm, hàng nghìn lần tri ân viết lên dâng tặng quý giảng viên, nhưng chẳng bao giờ là đủ. Chính quý Thầy Cô giảng viên là người lái đò, con đò học vấn đưa chúng con vượt bến sông mê, quý Ngài đem sở học chia sẻ, giảng dạy cho chúng con và luôn mong chúng con là rường cột cho chánh pháp, "nhất tự vi sư, bán tự vi sư". Dù chúng con bé nhỏ trong ngôi Học viện Phật giáo Việt Nam TP.HCM này, nhưng quý Thầy Cô đã nâng đôi cánh để chúng con được học, mở mang kiến thức. Nhân ngày Nhà giáo Việt Nam 20/11 chúng con xin chúc quý Thầy Cô giảng viên mạnh khỏe, an lạc trong cuộc sống và luôn là bến đò kiến thức để chúng con nương tựa. Cuối cùng, chúc Thầy Cô thành tựu trên con đường tu tập, và sở nguyện cũng như truyền đạo và dẫn đường cho chúng con tiến bước trên con đường Đạo Pháp.

(Ni sinh T.N. Thánh Thiện)

33

Lời tri ân nhân ngày 20/11.

Cung kính ngưỡng bạch trên Ni sư giáo thọ T.N. Giới Hương!

Từ ngàn xưa, ông cha ta đã có truyền thống "Tôn sư trọng đạo" biết ơn và tứ ân đối với Thầy Cô giáo đó là lý do vì sao chúng ta có ngày lễ tuyền thống. Nhà giáo Việt Nam 20-11 trên mảnh đất Việt Nam hình chữ S này. Đó là ngày mà tất cả những người học trò thể hiện tinh thần tri ân đối với bậc Thầy Cô giáo.

Là một người tu sĩ với tinh thần "Phật pháp bất ly thế gian pháp," chúng con thiết nghĩ rằng mình phải hoàn thiện một con người đúng nghĩa, trước khi muốn trở thành thánh nhân? Do đó, hòa trong không khí của ngày 20-11 chúng con lại có mặt một lần nữa có dịp bày tỏ lòng tri ân đối với những bậc Thầy Cô, những người khả kính đã dìu dắt chúng con từ những ngày thơ bé đến ngày nay và đến tận sau này, và Ni sư T.N. Giới Hương chính là một trong số những người cao quý ấy. Từ những ngày tập tễnh bước vào Giảng đường Đại học với những hiểu biết còn non trẻ, lại bước vào khoa Anh ngữ một khoa được mệnh danh là chỉ tụ được một nửa cho đến lúc ra trường tốt nghiệp, chúng con lại được gặp quý Ngài trưởng phó khoa, được gặp Ni sư T.N. Giới Hương được lắng nghe những tâm tình chia sẻ của Ni sư cũng như quý Ngài, chúng con như sống dậy nhiệt huyết của thanh xuân và tuổi trẻ, chúng con lại nhận ra rằng bản thân mình tiềm ẩn một khát khao chinh phục tri thức.

Rồi từng ngày, từng ngày chúng con được tưới tẩm, được vun trồng ước mơ bởi những lời dạy của quý Ngài. Còn Ni sư T.N. Giới Hương, một vị Ni, một nữ tu sĩ, có thể nói là thành đạt trên con đường học vấn, lại mang chí nguyện hóa độ chúng sanh. Ni sư đã có Phật sự cơ sở chính ở một nơi xa xôi cách chúng con hơn nửa vòng trái đất nhưng vẫn luôn sắp xếp, tranh thủ thời gian để về với chúng con, để mang tinh thần tri thức và kinh nghiệm truyền trao cho chúng con.

Ơn này muôn kiếp khó đáp đền.

Kính nguyện Ni sư chân cứng đá mềm hoằng pháp nơi xứ người.

(Ni sinh T.N. Vạn Nghiêm)

34

Để tỏ lòng biết ơn của bản thân đối với giảng viên, học trò thường có rất nhiều lời hay ý đẹp như thành Công, sức khỏe, an lạc… Nhưng trên cả những lời chúc ấy là dùng trái tim chân thành truyền đến quý giảng viên sự kính trọng tuyệt đối, trên cả hình thức là nghe lời chỉ dạy, là sống thiệt tốt đúng theo chánh pháp, mang những gì đã học được, đã tiếp thu, lan truyền rộng rãi và làm cho bản thân có nghị lực hoàn thiện nội tâm.

Có câu nói rằng: "Nhất tự vi sư, bán tự vi sư," nghĩa là một chữ nhờ Thầy mà biết nửa chữ cũng là nhờ Thầy. Vì vậy, một vị giảng viên khi đứng lớp truyền trao cho chúng ta, không chỉ một chữ, hai chữ, ngàn trăm chữ… mà còn là những kinh nghiệm, tâm huyết cả một đời. Vì thế, chỉ có thể lấy nhiệm vụ và trách nhiệm làm người tốt của chính chúng ta mới có thể trả nổi Công ơn đó và việc kính lễ là đầu tiên.

Nhất là một người Ni sinh, việc giữ gìn giới đức, tu tập trao dồi trí tuệ, tu tập tiếp nối tiền nhân hoằng dương chánh pháp, rạng rỡ tông môn…là điều duy nhất mà bản thân phải làm. Chúng ta phải luôn nhớ rằng:

Thầy là người lái con đò

Con là lữ khách học trò sang sông

Mai kia xoáy Bắc trở Đông

Lòng con vẫn nhớ về ông lái đò.

(Ni sinh T.N. Trung Bình)

35

Bao chuyến đò lặng lòng không lời.

Ươm mầm xanh tốt rạng ngời tương lai.

Bên trang giáo án miệt mài.

Hao gầy tâm huyết tháng dài, năm dài.

Nếu người khác hỏi "Thành Công từ đâu? " Câu trả lời của em chính là Thầy Cô - Những người mang tới cho em trí thức, chắp thêm cho em đôi cánh tự tin làm hành trang vững bước trên cuộc đời. Thầy Cô là những người lái đò thầm lặng, luôn lặng lẽ đưa lữ khách qua sông đến bờ tri thức rộng mở. Nhân ngày Nhà giáo 20/11, chúng con kính chúc quý Thầy Cô pháp thể khinh an luôn là ông lái đò với đôi tay vững chắc đưa các thế hệ Tăng Ni sinh sau này vượt qua biển mê mà đến với bờ trí thức của nhân loại, chúc quý Thầy Cô an lạc trong cuộc sống mãi là ngọn hải đăng soi rọi cho chúng con.

(Ni sinh T.N. Trung Hỷ)

36

I wish that I could show my gratitude to you. However, it is hard to express full by my speech. Master Venerable T.N. Giới Hương, it is not only on November 20th that I remember you and all other Masters. For me, every day is November 20th. I wish you would be happy forver and proud of you students.

(Ni sinh T.N. Nhật Diệu)

37

Ngày Nhà giáo là ngày tri ân Công lao Thầy Cô đã dạy dỗ, trao truyền kiến thức cho học trò đang náo nức vui mừng vì ngày lễ trọng đại truyền thống này…

* Công lao to lớn của quý Thầy Cô trên con đường giáo dục:

Đối với học trò, truyền trao kiến thức lẫn đạo đức làm người

Đối với sự nghiệp giáo dục của xã hội, duy trì truyền đăng tục diệm

Đối với sứ mệnh của tương lai đất nước, đạo pháp đưa đến văn minh và hòa bình

* Lòng biết ơn của học trò, đối với Thầy Cô thể hiện qua:

Cố gắng học tập tốt, nâng cao học vấn, rèn luyện đạo đức tốt.

Biết ơn cha mẹ, Thầy Tổ, quê hương đất nước.

Nối chí nguyện trồng người, thắp sáng trí huệ tương lai.

Làm lợi ích cho bạn bè, gia đình, xã hội, không phụ Công lao của Thầy Cô.

* Lời kết

Tri ân sâu sắc nhất là chúng con nguyện sẽ trở thành những Tăng Ni sinh lương thiện, tài-đức vẹn toàn.

(Ni sinh T.N. Lương Thiền)

38

Ngày 20/11 là ngày mà toàn thể học sinh, sinh viên trên khắp đất nước Việt Nam hướng về các Thầy Cô giáo, để tỏ lòng tri ân. Dẫu biết rằng đây là pháp thế gian, nhưng với tinh thần Phật pháp bất ly thế gian pháp, chúng con thành kính hướng về quý Ngài để dâng lên tấm lòng biết ơn sâu sắc.

Chúng con may mắn được xuất gia, rồi lại được đi học, đầy đủ phước duyên được các bậc minh sư dẫn dắt. Các Ngài truyền dạy không chỉ những kiến thức Phật học giúp chúng con chuyển hóa được nội tâm, chuyển hóa được phiền não, mà còn truyền trao cho chúng con những kinh nghiệm trong sự tu học, hành đạo, những tư lương trên bước đường học Phật.

Tri ân quý Ngài, những người lái đò thầm lặng, đưa biết bao thế hệ sang sông Nguyện cầu quý Ngài luôn được pháp thể khinh an, Phật sự viên thành, mãi là bóng cây đại thụ cho chúng con nương nhờ về.

Thầy tôi là người lái đò
Còn tôi học trò như khách sang sông
Mai này quay Bắc trở Đông
Hồn tôi vẫn hướng về ông lái đò.

(Ni sinh T.N. Nhuận An)

39

Nhân ngày Lễ Nhà giáo 20/11, con xin chúc Ni sư T.N. Giới Hương thân luôn khỏe mạnh, tâm luôn an, mãi là ngọn đèn trí thức thắp sáng cho không những thế hệ chúng con mà còn là thế hệ mai sau, để chúng con tìm về nguồn tri thức vô tận, học hỏi để sửa đổi hoàn thiện bản thân. Con xin cầu nguyện mười phương Chư Phật luôn gia hộ cho Ni sư được hiều sức khỏe, Phật sự viên thành để chúng con có dịp được gặp Ni sư giảng dạy những bài pháp cao quý.

Thật vậy. "Dẫu rằng một chữ cũng Thầy

Dẫu rằng nửa chữ cũng đầy ơn sâu."

Trong trái tim con, hình bóng Cô giáo luôn hiện hữu, để dạy cho con phải học cách phấn đấu, sửa đổi, hy sinh vì đàn em. Ni sư T.N. Giới Hương đã không ngại xa xôi trở về Việt Nam dạy cho chúng con. Cuối cùng, con không biết nói gì hơn, con kính chúc Ni sư mãi được nhiều sức khỏe, trí huệ luôn tròn đầy, mãi là người lái đò đưa chúng con qua bến bờ tri thức, giải thoát giác ngộ.

(Ni sinh T.N. Hương Thủy)

40

Nhân Lễ Nhà giáo 20/11/2023, điều đầu tiên con muốn chúc tất cả quý giáo thọ là sức khỏe. Sức khỏe là thứ mà người đời cho rằng tất cả mọi thứ không mua được, và chỉ có sức khỏe mới có thể làm nhiều việc khác và sẽ giúp quý Ngài tiếp tục hoàn thành Công việc ở hiện tại cũng như mục tiêu ở tương lai. Tiếp đến là sự bình an trong nội tâm vì quý Ngài đã trải qua một quá trình dài để có thể đứng giảng dạy như hôm nay thì bao nhiêu khó nhọc, cực khổ, gian nan… đã đi qua. Chính có những điều này, các Ngài mới có đầy đủ an nhiên tự tại để sưởi ấm và truyền trao kiến thức cho hàng hậu học chúng con. Lời chúc này gợi nhớ cho chúng con biết mình phải nỗ lực thật nhiều trước khó khăn để được như quý Ngài hiện tại. Lời chúc cuối cùng, kính mong quý Ngài luôn là bóng cây đại thọ che chở chỉ dạy và giúp đỡ cho chúng con.

(Ni sinh T.N. Ngọc Linh)

41

Nhân ngày lễ 20/11/2023, để tỏ lòng biết ơn những vị giáo thọ, là người hướng dẫn truyền trao những kiến thức mà những vị giáo thọ đã học được của những bậc tôn túc, tiền bối. Nên nhân Ngày Nhà giáo, không biết nói gì hơn, chúng em chỉ chúc những vị giáo thọ có sức khỏe, để có thể dìu dắt chúng em trên đường tu học; tri ân quý Ngài đã chia sẻ kinh nghiệm quý báu cho các em hiểu và cố gắng để sau này khi học xong có thể biết cách truyền đạt cho người sau. Hiểu để không bị thụt lùi, qua đó cho em thấy ngày 20/11 là ngày cả nước phải nhớ đến những Thầy Cô, hay những vị giáo thọ, chúng ta đều phải chúc mừng vì ngày đó Thầy trò được trò chuyện chia sẻ cho nhau những kỷ niệm quý báu trong cuộc sống mà ta luôn thấy hay, có thể lắng nghe và học hỏi những điều hay lẽ phải mới nữa, để xứng đáng là con của Đức Như Lai.

(Ni sinh T.N. Đức Hạnh Hương)

42

Kính bạch Chư vị giáo thọ, giảng viên, như một vị lương y tài giỏi biết bệnh cho thuốc, như một người cha biết dùng phương tiện để đưa các con ra khỏi nhà lửa đang cháy, các Ngài là ngọn đuốc đêm trường, các Ngài là ngọn nến tự đốt mình để đem ánh sáng soi đường cho chúng con. Các Ngài đã hy sinh thầm lặng cho chúng con.

Nhân ngày Lễ Nhà giáo 20/11 hàng hậu học Tăng, Ni sinh

chúng con thật không biết nói gì hơn, Công ơn của quý Ngài không ngôn ngữ nào có thể nói hết được. Chúng con xin được gửi lời chúc tận đáy lòng và niềm tri ân đối với quý Ngài, kính chúc quý Ngài luôn có đủ sức khỏe để tiếp tục Công việc của mình. Nguyện nhờ hồng ân Tam Bảo gia hộ cho quý Ngài, chúng sanh dị độ, Phật sự viên thành.

(Ni sinh T.N. Huệ Thông)

43

Nhân ngày lễ 20/11 với tâm thế là một Ni sinh đang theo học tại Học viện Phật giáo Thành phố Hồ Chí Minh con xin gửi lời tri ân sâu sắc tới Hòa thượng Viện trưởng, chư tôn đức hội đồng điều hành Học viện, chư tôn đức giảng viên các bộ môn, ban quản viện, vv... Con xin thành tâm kính chúc quý Ngài Pháp thể khinh an, Phật sự viên thành. Cầu xin quý Ngài luôn luôn trụ thế ở Ta bà để cho chúng con có chỗ nương tựa trên con đường học Phật, truyền trao cho chúng con năng lượng Phật Pháp, biết rõ con đường chân lý, để chúng con có thể vững bước vượt qua mọi khó khăn, để có thể kế thừa sự nghiệp của quý Ngài, làm lợi lạc cho muôn loài.

Xin trên Chư Phật hộ trì
Quý Ngài cựu trụ chốn trần gian
Đem nguồn suối mát xua tan
Đêm trường tăm tối nghiệp sâu chướng dày
Cho con thấy rõ nguồn khơi
Quay về bến giác ngộ rồi hết mê
Nguyện Phật từ bi thường gia hộ
Cho con gần gũi bậc thiện nhơn
Chỉ bày chân lý tuyệt vời cao siêu

Con xin y giáo phụng hành
Thực hành ghi nhớ vuông tròn mai sau.
(Ni sinh T.N. Viên Chánh)

44

Ngày 20/11 lễ Nhà giáo, là ngày để hàng Tăng Ni sinh tỏ lòng biết ơn và niềm tri ân sâu sắc đến các bậc chư tôn giáo thọ. Chư giáo thọ là hình ảnh những con đò âm thầm lặng lẽ trên sông, đưa các học trò mình qua dòng sanh tử. Để nói lòng biết ơn thì không bút mực nào tả hết được, không lời nói nào có thể diễn đạt bằng. Để bày tỏ lòng tri ân ấy, chúng con hàng hậu học luôn ghi nhớ và khắc sâu lời dạy ấy, tiếp tục nối gót các bậc Thầy trên con đường hoằng pháp lợi sanh, chỉ như vậy mới đền đáp hết Công ơn, sức lực mà chư tôn đức đã trao truyền cho chúng con.

(Ni sinh T.N. Nhuận Hiếu)

45

Nhân ngày lễ Nhà giáo 20/11 con cũng như bao học trò khác, cho dù ngôn ngữ chỉ là cách nói mỹ miều để thể hiện tình cảm và lòng biết ơn đến những vị Thầy Cô của mình. Dù thế chỉ biết mượn ngôn ngữ để gửi những lời nói tốt đẹp nhất đến những vị Thầy Cô. Những vị thầm lặng đưa con thuyền kiến thức để chuyên chở biết bao thế hệ qua sông mà không cầu mong sự đền đáp, cứ như thế hết thế hệ này rồi qua thế hệ khác. Công việc thầm lặng ấy, đong đầy những thăng trầm, vui có, buồn có, với những bao lần học trò không chịu học, ham chơi theo bạn xấu, có thể đánh mất tương lai của mình. Đứng trước tình cảnh thấy những Cô, cậu học trò của mình đang đi lầm đường, lạc lối. Thầy Cô lại bao đêm thức trắng, nghĩ cách để lèo lái cho những Cô, cậu học trò kia đi về con đường thẳng, gian nan là thế, nhưng họ không kêu ca than trách. Chỉ thầm lặng tự nói với lòng không được bỏ cuộc, trách nhiệm đang trên vai. Vì lòng yêu nghề và vì những đàn hậu học, chủ nhân tương lai, Thầy Cô đã làm bằng cả tâm huyết trong việc trồng người. Cũng không biết nói gì thêm, con kính cầu chúc quý Thầy Cô luôn sức khỏe để vững tay chèo, tiếp tục đưa khách qua sông, những gì học được từ Thầy Cô, con sẽ cố gắng giữ gìn, và sống cho tốt để trở thành người có ích cho xã hội, cho Tổ Quốc.

(Ni sinh T.N. Uyên Không)

46

Tinh thần tôn Sư trọng đạo là một tinh thần cao quý của người Việt Nam. Ở nước ta có một ngày đặc biệt dành cho người không trồng cây, mà người gieo mầm, người vun vén cho con người. Đó chính là người giảng viên và trong ngày Nhà giáo Việt Nam, con xin chúc quý Thầy Cô giáo thọ có thêm nhiều sức khỏe, không bị mọi chướng duyên về bệnh tật làm cản trở Công việc cao quý của mình. Con xin chúc quý giáo thọ tăng phước, tăng tuệ, mãi là cây đại thọ phủ bóng mát che chở và truyền trao nhiều kiến thức bổ ích cho những thế hệ về sau. Nhân ngày này con cũng xin cảm ơn quý Thầy Cô giáo thọ và Ni sư T.N. Giới Hương trong thời gian vừa qua đã dành hết tâm lực truyền trao lại rất nhiều kiến thức, không những về Phật học mà còn là những kinh nghiệm tu tập xương máu của mình. Con thành kính đảnh lễ quý Ngài.

(Tăng sinh Thích Nhuận Viên)

47

Ơn giáo dưỡng một đời nên huệ mạng

Nghĩa ân sư muôn kiếp khó đáp đền.

Đúng thật vậy! Hôm nay nhân lễ Nhà giáo 20/11, chúng con với tất cả sự tôn kính dâng lên Chư Tôn Đức cùng quý Thầy Cô tấm lòng tri ân sâu sắc. Tri ân sự nhiệt tâm, tâm huyết đã không quản ngại khó khăn của Chư Tôn Đức mà ngày ngày tận tâm trao truyền kiến thức cho hàng hậu học chúng con với tâm nguyện "kế vãng khai lai". Đây cũng là thời điểm để chúng con tự nhắc nhở bản thân hằng ngày trang nghiêm tự thân, trao dồi Giới – Định – Tuệ, giữ gìn oai nghi để xứng đáng là đệ tử của Đức Phật và không phụ Công lao giảng dạy của Chư Tôn Đức và quý Thầy Cô.

Cuối cùng, con xin cầu nguyện Chư Phật gia hộ Chư Tôn Đức thân khỏe tâm an, tuệ đăng thường chiếu, Phật sự viên thành.

(Ni sinh T.N. Diệu Hiểu)

48

Mỗi một người khi sanh ra và lớn lên ai ai cũng phải học. Khi còn nhỏ thì học ăn, học bò, học nói, học đi; khi lớn lên thì học đạo, học làm người, và bất kỳ ai trong cuộc đời này đã dạy cho chúng ta ít hay nhiều, họ có nhỏ tuổi hơn ta, hay lớn hơn ta thì cũng đều xứng đáng với danh hiệu "Thầy". Bởi thế mỗi năm ở thế gian lấy ngày 20/11 là ngày để các học sinh tri ân, báo ơn mà Thầy Cô giáo đã đem kiến thức và kinh nghiệm truyền dạy cho mình, ở trong Đạo Phật cũng vậy. Đạo Phật không lìa xa khỏi thế gian. Ngày 20/11 cũng là ngày mà tất cả Chư Tăng Ni gửi lời tri ân sâu sắc tới những vị Thầy đã thay thế Đức Thế Tôn truyền dạy những giáo lý, giúp cho mỗi chúng ta diệt trừ được tham, sân, si phiền não, khiến đời sống phạm hạnh của chính mình ngày càng an lạc, giải thoát.

Một đời người một dòng sông
Muốn qua sông phải lụy đò
Tháng năm dù dãi nắng mưa
Qua sông gửi lại nụ cười
Con đò mộc mái đầu Sương

Khúc sông ấy vẫn còn đây
Mấy ai làm kẻ đứng trông bến bờ
Đường đời muôn bước cậy nhờ người đưa
Con đò tri thức Thầy đưa bao người.
Tình yêu kính tặng người Thầy kính thương
Mãi theo ta khắp muôn phương vạn ngày
Thầy đưa tiếp những đò đầy qua sông.

Thật đúng vậy, những vị Thầy Cô giảng viên dạy cho chúng ta kiến thức kinh nghiệm tu học của mình, như những người lái con đò tri thức đưa chúng ta qua sông mê, đến bờ giác ngộ giải thoát. Mãi tri ân, mãi biết ơn, dù năm tháng có trôi qua nhưng tình Thầy Cô vẫn còn đó, còn đọng lại trong tâm trí mỗi chúng ta. Và em không bao giờ quên.

(Ni sinh T.N. Vạn Tánh)

49

Tuổi thơ con gọi Thầy Cô
Bạc đầu con vẫn thưa Cô lạy Thầy.

Nhân ngày Nhà giáo Việt Nam, với tất cả tấm chân tình mà con gửi đến Thầy Cô giáo thọ đã tận tụy vì chúng con mà ban bố những lời pháp, những kinh nghiệm trong việc tu và việc học cho chúng con để có nhiều kiến thức trên bước đường tu nhân học Phật. Con kính chúc Thầy Cô pháp thể khinh an, tuệ đăng thường chiếu, mãi là cây đại thọ che chắn chúng con trên bước đường tu nhân học Phật.

(Ni sinh T.N. Viên Bảo)

50

Con người ta từ khi sinh ra cho đến mất đi, có ai mà không học tập. Từ nhỏ thì được cha mẹ dạy, tiếp theo là những người Thầy ở trường lớp. Và tất cả ai truyền trao cho ta kiến thức chính là Thầy của ta. Ngày 20/11 được chọn là ngày Nhà giáo của Việt Nam. Người Thầy luôn mong muốn, những người học trò chăm ngoan học thật tốt và hơn nữa đem những kiến thức học được truyền tiếp cho thế hệ mai sau, luôn là người có ích cho xã hội. Đó chính là những việc làm thiết thực nhất. Mong Ngày Nhà giáo cũng chính là món quà ý nghĩa nhất, những lời chúc, lời nói bên ngoài cần xuất phát từ nội tâm. Chúng con luôn chúc Thầy Cô được nhiều an lạc trong cuộc sống.

(Ni sinh T.N. Lương Tuệ)

51

Nhân ngày 20/11 để tỏ lòng biết ơn đến bậc Thầy mô phạm cho hàng Tăng Ni trẻ, người đã lái con đò tri giác đến cho nhân loài. Bằng tình thương và trí tuệ tuyệt vời, quý Ngài đã truyền đạt những tinh hoa đi vào cuộc đời. Nhân ngày 20/11 thành kính tri ân và gửi lời biết ơn vô hạn đến những người mang trên mình trách nhiệm Nhà giáo dục tâm linh. Kính chúc người lái thuyền tri thức đạt được nhiều sức khỏe, luôn hoàn thành tốt sứ mạng giáo dục của mình. Kính chúc Thầy Cô luôn hạnh phúc trong tình thương yêu của Đức Phật và thành tựu nhiều Phật sự giáo dục của mình. Thành kính tri ân quý Ngài, quý Thầy Cô.

(Ni sinh T.N. Vạn Trang)

52

Dù là người xuất gia nhưng với tinh thần nhập thế, Phật giáo cũng không rời khỏi một văn hóa đẹp đẽ của đất nước. Đó chính là văn hoá truyền thống "tôn sư trọng đạo". Ngày 20/11 là ngày để cho tất cả mọi người có cơ hội bày tỏ lòng biết ơn đối với những vị Thầy đã dạy dỗ trong đời mình. Là một Tăng Ni sinh, hòa vào truyền thống đó chúng ta đều dành sự tri ân lớn lao cho các vị Thầy Cô giáo thọ sư của chính mình qua những lời chúc chân thật và sâu lắng.

Chúng con đã may mắn được nghe lời dạy của Thiền Sư Nhất Hạnh rằng: "Thầy Cô an lạc sẽ thay đổi thế giới." Câu nói này ngắn gọn nhưng lại là sự hướng đến lòng biết ơn lớn lao của Thầy Cô giáo, là trách nhiệm cao cả của những người đưa đò.

Ở vị trí một học sinh, chúng con luôn bày tỏ sự biết ơn đối với Thầy Cô giáo thọ và luôn tiếp nhận lời giáo huấn của bậc Thầy khả kính Thiền sư Nhất Hạnh. Chúng con nguyện ngày 20/11 là ngày nhắc nhở và quay về, để gắn kết và tiếp tục thắp ngọn nến của trí thức, của trí tuệ. Kính nguyện quý Thầy Cô giáo như cây đại thọ che chở để truyền trao chánh pháp.

(Ni sinh T.N. Tịnh)

53

Nhân ngày 20/11 là một học sinh con có đôi lời muốn dâng lên các giảng viên bày tỏ lòng tri ân của mình, dù văn chương không hay, nói năng không được thu hút, nhưng xin mượn giấy trắng gói đôi lời.

Kính bạch Chư Tôn Đức, Ngày Nhà giáo là một truyền thống tốt đẹp của người dân Việt Nam cũng như thế giới. Ngày mà hàng hậu học được bày tỏ những tâm tư tình cảm đối với thế hệ dẫn dắt, ngày mà người ta gọi là "về cội," Có câu thơ rằng:

Tháng năm dầu dãi nắng mưa
Con đò tri thức Thầy đưa bao người
Qua sông để lại nụ cười

Tình yêu xin tặng người Thầy kính thương.

Chúng con vô cùng xúc động mỗi dịp 20/11 đến, bởi chính ngày này nhắc nhở chúng con phải biết ơn đến những người Thầy, người Cô đã dìu dắt mình. Các Ngài không chỉ truyền trao tri thức cho chúng con, mà còn trao cả tình thương, sự nhiệt huyết trong sự nghiệp giảng dạy của mình. Chúng con học được cả tri thức, cả cách sống, tu tập từ các Ngài. Từ đó, làm tư lương trên bước đường tu học. Nhân ngày Nhà giáo Việt Nam, chúng con xin được tỏ lòng tri ân sâu sắc đến các Ngài. Nguyện cầu hồng ân Tam Bảo gia hộ cho quý Ngài thân khỏe, tâm an, chúng sanh dị độ, mãi là tán cây đại thọ che chở cho chúng con.

(Ni sinh T.N. Uyển Thông)

54

Nhân lễ Nhà giáo 20/11, Tăng Ni sinh chúng con tỏ lòng biết ơn sâu sắc với Thầy Cô. Người xưa có nói "Nhất tự vi Sư, bán tự vi Sư". Một chữ là Thầy, nửa chữ cũng Thầy. Quý Ngài đã vì sự nghiệp trồng người dồn hết tâm huyết cả cuộc đời vì sự nghiệp xứ mạng của Chư Phật, Chư Tổ trao truyền cho đời hậu học về sau.

Nghề Nhà giáo được tôn vinh trong xã hội bởi lẽ các Ngài đem hạnh phúc an lạc đến cho loài người và chư thiên.

Các Ngài đang vận chuyển bánh xe pháp.

Như ngạn ngữ Gruzia có nói: "Học tập là hạt giống của kiến thức, kiến thức là hạt giống của hạnh phúc." Quý Thầy Cô giáo thọ sư sứ giả của Phật pháp, giúp cho nhân loài được an vui, hạnh phúc, bớt khổ được an vui.

(Ni sinh T.N. Thánh Hiếu)

55

Chúng con kính nguyện Tam Bảo gia hộ cho quý giáo thọ được nhiều sức khỏe, nhiệt huyết luôn tràn đầy, tâm nguyện bền vững, mãi là tấm gương soi đường cho chúng con và là ngọn lửa ấm áp truyền đạt cho chúng con kiến thức và tình thương để chúng con được vững bước trên con đường tu học.

(Ni sinh T.N. Tâm Nhường)

Giáo thọ T.N. Giới Hương đang giảng bài lớp Pali, tháng 10 năm 2023

56

Ngày 20/11 là ngày truyền thống Nhà giáo Việt Nam. Đây là ngày tạo cơ hội cho tất cả học sinh, sinh viên thể hiện tấm lòng tri ân của mình đến bậc Thầy Cô khả kính. Bản thân chúng con là một Tăng Ni sinh trẻ được xuất gia tu học trong giáo pháp của Đức Phật, là một hệ thống giáo pháp mang giá trị chân thật nhất hướng con người trở thành một con người hoàn thiện nhất. Đối với bản thân mỗi người xuất gia cần luôn ý thức rằng, trong từng hơi thở của mình phải luôn ghi nhớ những thâm ân lớn lao mà bản thân được thọ nhận. Trong đó thâm ân giáo dưỡng của bậc Thầy Cô giáo thọ là ơn lớn mà mỗi chúng ta phải ghi nhớ và cố gắng sống, tu tập để đáp đền. Nhân ngày 2/11, chúng con xin kính dâng món quà đó chính là lời chúc đến bậc Thầy Cô giáo thọ lời chúc chân thành của con : "Con chúc quý Thầy Cô luôn mạnh khỏe để lèo lái bánh xe chánh pháp, hướng dẫn đàn hậu học chúng con vững bước trên con đường đã chọn và đầy đủ nghị lực hạnh nguyện làm lợi ích cho nhân sinh như quý Ngài.

(Ni sinh T.N. Huệ Niêm)

57

Suốt đời lặn lội đò đưa
Bao năm ròng rã nắng mưa sớm chiều
Đàn con đã khôn lớn nhiều
Ngoảnh đầu nhìn lại sớm chiều đò đưa.

Cha mẹ sinh thân con, nuôi dưỡng con, cho con thân xác này. Nhưng con người có ích phải đầy đủ đạo hạnh.

Công sinh dưỡng ơn này cha mẹ
Đức hạnh này nhớ mãi ân sư.

Quý Thầy Cô không quản những khó khăn, nhọc nhằn chỉ để đào tạo lớp Tăng Ni trẻ kế thừa mạng mạch Phật Pháp, làm lợi lạc quần sinh, mong cho chúng con có đủ đức, đủ tài để phụng sự cống hiến có những lúc chúng con với tuổi trẻ, chưa hết những say mê cám dỗ của đời, chúng con trách móc, than vãn, lười học làm nhọc lòng Thầy Cô. Nhưng Thầy Cô ơi! Dù như thế nào đi chăng nữa, với bước chân rẽ lối đường đạo cùng nẻo đường đời, với chí nguyện đem nụ cười và xóa tan tiếng khóc đau thương cho đời, chúng con vẫn mong quý Thầy Cô hãy thương xót cho đàn con trẻ mà đừng buông tay cứu giúp chúng con. Xin hãy cho chúng con một cánh tay của lòng từ bi, nương vào đó, để chúng con có thể tự mình vươn tới tầm cao trí tuệ và giác ngộ.

Nhớ ơn người con chuyên tâm tu học
Cúi xin người nắm chặt cánh tay con
Để mai sau khi ước nguyện vẹn tròn
Công giáo dưỡng chẳng bao giờ phai nhạt.

Thành kính tri ân

Người đưa đò trí tuệ.

(Ni sinh T.N. Thiên Đông)

58

Nhân ngày lễ 20/11, thể theo truyền thống uống nước nhớ nguồn, tôn sư trọng đạo, hàng hậu học luôn luôn nhớ về ngày này, đem những lời chúc tốt đẹp đến bậc ân sư, mong quý Ngài ngày càng khỏe mạnh để dìu dắt chúng con trên bước đường tu học, mãi là cây đại thọ che chở cho chúng con, là ánh đuốc chiếu soi cho chúng con trong đêm tối. Ngoài ra, chúng ta phải chuyên tâm học hành, nghiêm trì giới luật để không phụ lòng mong mỏi của các bậc Ân Sư.

(Ni sinh T.N. Nguyên Ý)

59

Người Thầy - là người lái đò – đưa các Tăng Ni sinh đến với cánh đồng tri thức. Song, với đạo pháp, quý Ngài không chỉ là một người Thầy đơn thuần, không chỉ truyền dạy kiến thức của người đi trước, quý Ngài còn dạy, khuyến tấn chúng con, trong quá trình tu học.

Thật cao cả biết bao, quý Ngài vừa là Thầy Cô, vừa là Cha,

vừa là Mẹ, cũng vừa là người mà chúng con nương tựa trong suốt quãng đường phía trước. Bởi Quý Ngài là những người Thầy Cô đã có Công lao thật to lớn, người đặt tiền đề nền móng căn bản cho mỗi chúng con cả đạo lẫn đời. Vì vậy, nhân ngày tri ân quý Thầy Cô, trước là cầu nguyện Tam Bảo gia hộ quý Ngài luôn được thân khỏe, tâm an để lèo lái con thuyền Chánh Pháp, dìu dắt hàng hậu học chúng con mãi về sau nữa. Kính chúc quý Ngài luôn gặp nhiều niềm vui trong sự nghiệp trồng người. Thứ nữa, chúng con luôn thầm nguyện sẽ cố gắng tự giác học tập, tiếp thu kiến thức từ quý Ngài một cách có khoa học, có hệ thống, đem lợi lạc và hạnh phúc không chỉ riêng mình mà cho tất cả mọi người, cũng như đem chánh pháp đến cho mọi người nhất là không phụ sự ủy thác sứ mạng của ba đời Chư Phật, Chư Tổ đối với chúng con. Thành kính tri ân quý Ngài với tấm lòng kính mến.

(Ni sinh T.N. Thông Hoàn)

60

Người xưa có câu: “Nhất tự vi sư, bán tự vi sư”, một chữ là Thầy, nửa chữ cũng là Thầy. Vậy mà, con được quý Tôn sư, quý giáo thọ sư và các vị giảng viên tận tâm giảng dạy hết ngày này qua ngày khác, hết tháng này qua tháng khác, ân đức ấy thật không sao tả hết. Quý Ngài, các Thầy Cô, không chỉ dạy cho chúng con trên “con chữ” mà truyền trao cho chúng con cả “kinh nghiệm làm người”. Không quản gian lao, không từ khó nhọc. Quý Ngài và các vị giảng viên luôn sắp sếp thời gian, Công việc để đến lớp với chúng con. Có những đêm quý Ngài và các giảng viên thức trắng đêm để soạn bài, để chấm bài cho chúng con, mặc dù không thấy tận mắt, nhưng chúng con có thể thấu hiểu và cảm nhận được.

Nhân ngày 20/11, Ngày Nhà giáo Việt Nam, con kính chúc quý vị cùng Tôn Sư và các giảng viên thật nhiều sức khỏe, thân tâm an lạc, mãi là những vị Thầy Cô kính mến dìu dắt chúng con và các thế hệ sau trên bước đường tu nhân học Phật. Mãi tri ân quý Ngài.

(Ni sinh T.N. Huệ Minh)

61

Có câu nói: "Nghề dạy học là nghề cao quý nhất trong những nghề cao quý, nghề sáng tạo nhất trong những nghề sáng tạo, vì nó đã sáng tạo ra những con người sáng tạo". Thật vậy, "Hiền tài là nguyên khí của quốc gia", là lực lượng góp phần đáng kể trong Công cuộc xây dựng đất nước giàu mạnh. Đằng sau những người ấy là đội ngũ giáo viên tậm tâm, tận tụy, dành cả cuộc đời mình để cống hiến cho sự nghiệp giáo dục, sự nghiệp trồng người.

Chính vì vậy, hàng năm cứ đến ngày 20/11, tất cả các trường học trong nước đều nô nức tổ chức ngày lễ tri ân cho các học sinh bày tỏ lòng biết ơn sâu sắc đối với Thầy Cô giáo, những người lái đò thầm lặng vẫn miệt mài đưa các học trò sang sông. Hòa vào không khí đó, các Tăng, Ni sinh cũng bày tỏ lòng biết ơn của mình đối với các vị giảng viên, những người đã dành cả cuộc đời truyền dạy giáo pháp cho các thế hệ Tăng, Ni trẻ, không chỉ dạy về giáo lý. Những vị ấy còn dạy về oai nghi, đức hạnh, hướng các Tăng Ni sinh đến con đường hoàn thiện bản thân, trở thành bậc Thầy mô phạm trong thế gian. Trong những ngày này, các Tăng Ni sinh đã gửi rất nhiều lời chúc tốt đẹp đến các vị giảng viên. Riêng cá nhân con, con sẽ chúc quý Ngày luôn luôn được sức khỏe để tiếp tục sứ mạng hoằng dương chánh pháp, soi đường cho các thế hệ tương lai. Bởi vì sức khỏe là vốn quý giá nhất của con người. Nhưng theo lẽ vô thường, quý Ngài cũng phải chịu sự chi phối của sanh, lão bệnh, tử. Vì vậy, nguyện cầu hồng ân Tam Bảo gia hộ cho quý Ngài luôn được khỏe mạnh để cho chúng con nương tựa vào trí tuệ và đức hạnh của quý Ngài để tu học giải thoát.

(Ni sinh T.N. Nhã Ý)

62

Ngày Nhà giáo là bày tỏ thâm ân với Thầy Cô, người đã có Công giảng dạy cho chúng ta nên người. Đó cũng là ngày mà tôi, một nữ đệ tử của Đức Phật, hướng vọng về Ngài đã đem ánh sánh trí tuệ đến với nhân loài trong đó có tôi, và tôi cũng không quên hướng về người đã cầm đèn tuệ giúp tôi soi sáng những con đường đầy những âm u mờ tối, Người Thầy đã khai sáng và làm thay đổi hoàn toàn cuộc đời tôi, đã cho tôi rõ về đau khổ và con đường đưa đến đau khổ, xa lìa tham dục của thế gian, sống đời an lành bên Chánh Pháp Phật đà.

Tôi vẫn biết rằng những điều đó Đức Phật đã dạy nhưng nhờ vị Thầy chăm lo chỉ dạy thì tôi mới hành theo và lời Phật đã xác minh rằng lời Thầy dạy là đúng và từ dạo đó niềm tin của tôi được mạnh mẽ hơn và con đường tôi chọn là đúng. Từ đó, tôi có thể bay cao bay xa hơn và không còn vướng bận bóng dáng của khổ đau. Tôi đã dành thời gian hướng về những vị Thầy như vậy một cách sâu sắc nhất. Và người mà tôi không thể không nhớ đó là hai đấng sanh thành, là hai vị Thầy dạy cho tôi từ những ngày đầu đời, cũng như là nền tảng căn bản nhất về cuộc sống của tôi.

Nhân ngày 20/11 ngày mà tôi dành trọn vẹn tình thương mến đến với các vị Thầy vĩ đại nhất. Kính chúc quý Ngài luôn có đầy đủ sức khỏe để hướng dẫn tôi và hậu học về sau cũng được pháp học, pháp hành, được thực hành để sống đời sống an lạc giống như tôi bây giờ và mãi mãi về sau.

(Ni sinh T.N. Lưu Tuệ)

63

Ngày Nhà giáo Việt Nam là ngày mà mỗi người ai cũng nhớ đến Công ơn dạy dỗ của Thầy Cô, những người đã hy sinh thời gian không quản nỗi nhọc đến lớp truyền trao kiến thức. Các bậc ân sư, người thay Phật truyền trao giáo lý cho các Tăng Ni sinh.

Nếu không có những sự hy sinh đó thì làm sao chúng con hiểu được những gì Phật đã từng dạy. Chính những hy sinh cao cả đó chúng con mới có được những kiến thức như ngày hôm nay. Ngày 20/11, ngày mà chúng con mượn để nói lên những niềm tri ân mà trong lòng chúng con kính mến gửi đến quý Ngài. Chính vì thế ngày 20/11 là ngày hết sức quan trọng để chúng con thể hiện cả tấm lòng của mình đến với quý Ngài để đền đáp được Công ơn ấy chúng con chỉ biết rằng, dùng cả sự tu tập của chính mình cầu nguyện hồng ân Tam Bảo gia hộ quý Ngài sức khỏe luôn dồi dào, Phật sự Pháp sự châu viên và mãi là ngọn hải đăng dẫn dắt chúng con trên con đường học Phật.

(Ni sinh T.N. Thánh Tú)

64

Thường nghe rằng: "Công Thầy đổ xuống đất này, cho hoa Đạo Pháp ngày càng xanh tươi". Nhân ngày 20//11, toàn thể Tăng, Ni chúng con xin gửi lời tri ân cao cả đến Ni sư T.N. Giới Hương, quý Sư Giảng Viên, Giáo Thọ đã tận tình truyền trao kinh nghiệm của mình cho chúng con mà không từ nan mỏi mệt.

(Ni sinh T.N. Huệ Thùy)

65

Hôm nay là ngày 20/11 ngày Nhà giáo Việt Nam, mặc dù đây là ngày lễ của thế gian, nhưng với tinh thần "Phật Pháp tại thế gian, bất ly thế gian pháp", chúng con cũng xin phép nhân ngày này để tỏ lòng tri ân đến quý Sư Giáo Thọ và Ni sư T.N. Giới Hương đã giảng dạy cho chúng con những bài học vô cùng quý báo. Dù thời gian Sư T.N. Giới Hương đến với lớp không có là bao, nhưng Sư đã cho chúng con những kinh nghiệm thiết thực nhất, những bài học quý báu, không chỉ qua con chữ lời nói mà bằng cả tâm huyết để giúp chúng con hiểu nó và tận dùng trong đời sống hằng ngày và cả tặng chúng con những cuốn sách quý. Công ơn to lớn ấy, chúng con xin được khắc cốt ghi tâm và thực hành cho đúng những gì Sư T.N. Giới Hương đã dạy, để không phụ tấm lòng Sư giáo thọ. Nhân ngày 20/11, chúng con cũng xin kính chúc Quý Sư giáo thọ cùng Ni sư T.N. Giới Hương nhiều sức khỏe, mãi là ánh trăng sáng soi đường dẫn lối cho chúng con trên bước đường tu nhân học Phật.

(Ni sinh T.N. Viên Lạc)

66

Thầy ơi! Không phải chỉ có ngày 20/11 con mới nhớ đến Thầy. Đối với con, ngày nào cũng là ngày 20/11, con kính chúc Thầy Cô luôn mạnh khỏe, hạnh phúc, và hãnh diện bên những học sinh Tăng Ni sinh của mình.

Trachers! It is nor only on November 20th that I remember you. For me, every day is November 20th. I wish you would be happy forever and good health, be proud of you students.

(Ni sinh T.N. Tuệ Pháp)

67

Nhân lễ Nhà giáo 20/11 làm sao nói hết được ơn giáo dưỡng của một người Thầy. Thầy luôn là một bậc mô phạm, cao cả, một ông lái đò tận tụy ngày đêm truyền đạt kiến thức và giá trị tinh thần đến với chúng con như câu nói "Ơn giáo dưỡng một đời nên huệ mạng, nghĩa ân sư muôn kiếp khó đáp đền".

Thầy là ngọn đuốc soi đường, đưa con tới lối bến bờ yêu thương, dù mai xa cách muôn phương, ơn Thầy giáo dưỡng khôn lường mãi ghi. Cho con thành kính gửi lời tri ân sâu sắc nhất đến Ni sư T.N. Giới Hương, người đã đưa đến cho Tăng Ni sinh chúng con một động lực sống, một nặng lực cầu tiến bước trên đường tu học, vươn cao và xa hơn cả về tri thức lẫn tâm hồn thanh cao.

(Ni sinh T.N. Thọ Liên)

68

Ngày 20/11 là ngày những người học trò bày tỏ lòng tri ân của mình đến với những bậc giảng dạy (người đưa đò).

Thầy Về

Qua bao tháng đợi năm chờ
Những điều mong ước, bây giờ thỏa mong
Thầy về vẫn dáng thong dong
Bước chân Thầy lại, khắp miền gần xa.
Vì hạnh phúc của chúng ta
Sướng vui, buồn khổ chan hòa đời con
Thầy về với nước cùng non
Vì đàn con nhỏ trong dòng "vô minh"
Thầy về như ánh bình minh.
Xua tan giá lạnh, đêm trường đời con
Thầy ơi? Hãy nói cho con
Một thời pháp lữ, cứu con muôn loài
Cho đời bớt khổ, lầm mê
Cho đời tỉnh giác, bốn bề an vui
Con về nương tựa Thầy ơi…
Cùng ba ngôi báu, con thời khác ghi
Thầy đi, Thầy lại nhớ về
Trái tim hòa phúc hướng về Thầy Ơi.

(Ni sinh T.N. Thành Như)

69

Nhân ngày 20/11 ngày Nhà giáo Việt Nam chúng con kính gửi.

Người Thầy như ông lão lái đò.
Chèo lái bao thế hệ sang sông.
Thầy truyền cả thân tâm ý.
Mong chúng con thành người hữu ích.
Khách sang sông có khi nào thấu hiểu.
Công ơn Thầy sâu nặng biển sông.
Chỉ cho đi không cần đáp trả.
Có trả đây, xin nguyện trả mọi nơi.
Lời Thầy đó, làm hành trang vững bước.
Bước thênh thang trong tình Đạo Pháp.
Nguyện độ sinh để tiếp bước theo Thầy.
Kính chúc Thầy muôn điều an lạc.
Tất cả chúng sanh là quyến thuộc bên Thầy.
(Ni sinh T.N. Liên Khôi)

70

Cuộc sống có bao nhiêu thuật từ hoa mỹ để ví von người giáo viên dạy học. Người giáo viên ví như ông lái đò, là người cha với biết bao nhiêu đàn con thơ bé. Nhưng trong đạo Phật, Thầy không chỉ là người trao truyền kiến thức, Thầy còn là người mang đến khẩu giáo, thân giáo và ý giáo, dạy dỗ đàn hậu học thành người. Nếu có ai đó hỏi, ngày 20/11 chúng con sẽ chúc gì? Chúng con cũng chỉ im lặng và không nói thành lời?

Tại sao thế: Vì Công ơn của quý Thầy Cô không lời lẽ nào

diễn tả được.

Thầy Cô không muốn ngày 20/11 chúng con chúc hoa, mang quà... mà Thầy Cô chỉ muốn chúng con thành Công trên con đường tri thức, đem Phật pháp truyền đi khắp, tiếp tục cuộc hành trình trao truyền trí tuệ như quý Thầy Cô giáo thọ.

Trong Quy Sơn Cảnh Sách có câu: "Tiếp dẫn hậu lai, báo Phật ân đức". Trong nhà Phật, việc tu học không chỉ là "Duy tuệ thị nghiệp" mà còn mang trí tuệ ấy để dẫn dắt người đi sau mình. Ngày 20/11, chúng con sẽ tặng quý Thầy Cô giáo thọ sự thành Công, sự cố gắng học tập của chúng con, và Phật dạy, nếu nói mà không làm chỉ như sấm không mưa, không nói mà làm như không sấm có mưa, vừa nói vừa làm như sấm có mưa. Cũng thế, chúng con chọn "không nói nhưng làm" vì lời nói sẽ như gió thoảng mây trôi, trong khi việc làm thành Công làm quà cụ thể tặng quý Thầy Cô, ấy là món quà quý giá nhất.

(Ni sinh T.N. Hạnh Hiếu)

71

Mỗi người trên thế gian khi lớn lên, không ai là không có ít nhất một người Thầy. Với chúng con, hạnh phúc biết bao khi có cơ hội gặp gỡ, được làm học trò của những bậc Thầy khả kính. Và còn hạnh phúc hơn nữa là chúng con có cơ hội đông đủ về đây để tri ân những bậc Thầy đã soi đường chỉ lối cho chúng con. Dẫu biết rằng, ngôn ngữ thế gian không sao có thể nói lên hết được Công lao người Thầy và cũng không diễn tả hết được cảm xúc của chúng con lúc này. Nhưng để thay cho sự biết ơn và tri ân đến quý Thầy Cô, chúng con vẫn phải mượn ngôn ngữ đó để thổ lộ tấm lòng chân thật của mình. Chúng con đến đây bằng cả sự kính trọng. Kính chúc quý Thầy Cô của chúng con thân khỏe, tâm an, mãi là ngọn đuốc đem ánh sáng soi rõ những tâm hồn còn đang u mê trong vòng sanh tử. Thầy được ví như những chuyến đò, nhưng chuyến đò ấy không bao giờ ngừng nghỉ.

Người Thầy là những chuyến đò
Đưa bao lữ khách thoát bờ sông mê.
(Ni sinh T.N. Hạnh Tường)

72

Vì mục đích trồng người mà đã biết bao thế hệ Thầy Cô giáo tận tâm hết sức về sở nguyện giáo dục đó, không chỉ học trò ở ngoài xã hội mà Tăng Ni Phật tử trong Phật giáo, chúng ta cũng cần biết và hiểu rõ hơn về ngày 20/11.

Nhưng mấy ai hiểu và có thể thực hiện đúng như một tấm lòng chân thật của người học trò đối với những vị giáo thọ của mình. Chúng ta hãy nhớ mục đích chính của một giảng viên là gì, dạy tận tâm với Công việc của mình, không phải vì miếng ăn, đồng tiền, hay danh tiếng lợi lộc gì. Chính là những tâm tư trồng người, các Ngài luôn hết mình nỗ lực vun đúc ý chí giảng dạy, không phải ai cũng có thể làm được điều đó. Điều đó, phải xuất phát từ tấm lòng cao đẹp, nhiệt huyết, yêu nghề, với những sự bao dung rộng lớn mới có thể thành tựu được có thể nói là tài đức vẹn toàn. Như câu nói:

"Có Tài mà không có Đức là người vô dụng.
Có Đức mà không có Tài làm việc gì cũng khó."

Với hai câu nói này trong mỗi chúng ta có ai tự mình học với hành trọn vẹn hay không "Tài - Đức" thật nếu không có Thầy hướng dẫn chúng ta thì không thể làm được. Cũng vậy, chúng ta thường nghe câu: "không Thầy đố mày làm nên." Câu nói dù đơn sơ nhưng chứa đựng đầy ý nghĩa, thế nên chúng ta biết phải làm gì để không phụ tấm lòng của các bậc Ân Sư đó?

Đừng bao giờ đem của cải vật chất ra trả, những thứ không sao đền đáp nổi Công ơn đó. Công ơn đó chỉ có thể trả bằng sự nỗ lực cố gắng học tập và sự hy sinh cống hiến có thể làm lợi ích cho mọi người, chắc chắn đó là điều mà tất cả những ai là Thầy Cô giáo mong muốn đem điều mình được học áp dụng vào cuộc đời làm cho cuộc sống càng thêm tươi đẹp. Bên cạnh đó, con sẽ luôn nhớ ơn và kính chúc quý vị giáo thọ luôn luôn và là nguồn nặng lượng cho chúng con thêm sự cố gắng, đạt được những mong muốn đơn sơ của mình.

(Ni sinh T.N. Khánh Ngân)

73

Là người học trò được tiếp nhận nền tri thức mà giáo thọ truyền đạt chúng con thật là may mắn. Đầy đủ nhân duyên và phước báu không phải ai cũng có được, nên chúng con rất quý kính và bày tỏ lòng biết ơn, bằng cách chúng con sẽ cố gắng nỗ lực ngày đêm đem những gì chúng con học được, để truyền đạt cho thế hệ sau, cho người Phật tử được an lạc và hạnh phúc lâu dài qua lời Phật dạy. Nhân đây ngày 20/11 là ngày tri ân quý Thầy Cô giáo, chúng con là người xuất gia học Phật tùy thuận pháp thế gian để nói lên tấm lòng thành kính của chúng con đến quý Thầy và quý sư giáo thọ. Nguyện cho quý Ngài sức khỏe trường thọ, sống lâu với chúng con, là mực thước khuôn mẫu để chúng con noi theo trên bước đường hoằng pháp lợi sanh. Chúng con sẽ lấy đó làm kim chỉ nam để làm mục đích đạt đến an lạc hạnh phúc cho chính bản thân và cho mọi người.

Cuối cùng, nhân ngày 20/11 chúng con rất biết ơn người đã vạch ra ngày 20/11 là ngày của những bậc Thầy để chúng con có dịp niệm ân Thầy Tổ. Chúc Thầy Cô ngày 20/11: sinh con-nuôi con lớn khôn là ơn cha mẹ, cho con tri thức bay cao, bay xa là ơn Thầy Cô.

(Ni sinh T.N. Liên Đức)

74

Nhân gian có câu: "Ơn dạy dỗ cao dường hơn núi

Nghĩa Thầy Cô như nước biển khơi

Công cha mẹ con luôn tạc dạ

Ơn Cô Thầy con mãi ghi lòng."

Nhân ngày 20/11 lễ tri ân, chúng con có nghe rằng từ bao đời, nghề Nhà giáo luôn được xem là nghề cao quý nhất - nghề "trồng người," cho nên người Thầy Cô dù ở đâu cũng vẫn là người được kính trọng nhất. Tình cảm và lòng nhiệt quyết Ni sư T.N. Giới Hương đã truyền tải kinh nghiệm, kiến thức cho chúng con thật vô bờ bến, chúng con có cảm giác ấm áp như người mẹ thứ hai trong đời.

Ni sư T.N. Giới Hương kính yêu, sự dạy dỗ ân cần của Ni sư như hơi ấm của mùa xuân, như cơn mưa nhẹ trước cảnh mùa hè oi bức. Nhân ngày 20/11, chúng con xin gửi đến Ni sư T.N. Giới Hương với tất cả tấm lòng tri ân sâu sắc nhất, xin gửi đến Ni sư T.N. Giới Hương lòng cảm ơn chân thành. Một đời lo cho sự nghiệp giáo dục, đã dìu dắt chúng con đến với chân trời mới, mở cho chúng con một cánh cửa mới về pháp hành, dùng thân giáo và khẩu giáo để cảm hóa nhân sinh. Nhờ Ni sư đã gợi mở cho chúng con nhớ lại bản nguyện sơ tâm của mình, chúng con biết mình đang làm gì, trách nhiệm và bổn phận của mình khi là đệ tử của Phật.

Chúng con kính chúc Ni sư T.N. Giới Hương luôn vui khỏe và an lành trong Chánh Pháp, tiếp tục chèo lái con đò và đưa các thế hệ sau sang sông.

Cầu chúc Ni sư luôn đủ tâm-trí-lực để tiếp tục cống hiến nhiều hơn cho sự nghiệp giáo dục vĩ đại này. Tuy không còn được Ni sư trực tiếp giảng dạy, nhưng những lời dạy của Ni sư vẫn còn vang vang trong tâm chúng con. Cuối cùng, chúng con xin tri ân người đã mang tới cho chúng con tri thức và hành trang để vững bước vào đời.

"The future, I'm away from you, the more I'm thinking of you. There is no end to your instruction. There is no end to my gratitude. Wish you a good health, luck and happiness.

Tri thức ngày xưa trở lại đây
Ân tình sâu nặng của Thầy Cô!
Người mang ánh sáng soi đời trẻ,
Lái chuyến đò chiều sang bến đây
Đò đến vinh quang nơi đất lạ
Cảm ơn người đã lái đò hay
Ơn này trò mãi ghi trong dạ
Người đã giúp con vượt đắng cay.
(Nguồn Internet)
(Ni sinh T.N. Hạnh Liên)

75

Đời Thầy tận tụy hy sinh
Vì đàn hậu học Luật-Kinh trao truyền
Ơn Thầy cao cả thiêng liêng
Lời Thầy con nguyện tinh chuyên tu trì.

Thật vậy! Thầy là người khả kính, hy sinh cả cuộc đời mình để tận tụy trao truyền cho chúng con những bài học vô cùng quý báu. Thầy luôn là người hướng dẫn chúng con đi đúng thánh thiện, và cũng là người định hướng cho chúng con những con đường tốt đẹp nên đi.

Hôm nay, nhân ngày lễ 20/11 cho phép con gửi đến Thầy lời cảm ơn sâu sắc, con xin được kính chúc Thầy pháp thể khinh an, chúng sanh dị độ, mãi là người đưa đò để tiếp nối thế hệ của chúng con. Cuối cùng, con xin kính chúc Thầy sức khỏe để dìu dắt chúng con trên bước đường tu học.

(Ni sinh T.N. Chúc Thảo)

76

Vì đối với đời hay đạo thì nghề giáo-giáo thọ (đạo) luôn là nghề được tôn vinh, cao quý, mô phạm, nghề trồng người. Cảm ơn người cho ta bát cơm khi đói, ơn vô cùng lớn, nhưng cái ơn người giúp ta có phương pháp để kiếm được bát cơm bằng chính tự thân làm ra, không phải phụ thuộc vào ai lại càng quý hơn.

Nghề giáo hay giảng sư dạy pháp cho thế gian. Nếu giáo viên thế tục là người được vinh danh là đưa đò trí thức. Trí thức ấy giúp thế hệ sau nối nghiệp (thế gian) có cuộc sống ổn định, bình an theo thế tục. Thì người giảng sư dạy pháp đưa ta đến cuộc sống phạm hạnh của bậc Thánh. Nơi ấy, nơi những nguồn giáo pháp của các giảng sư, không chỉ bắt nguồn từ tri thức mà bắt nguồn từ thân giáo lẫn khẩu giáo và cả tri thức, như vậy nhờ đó con đường ta đi, đạt đến đích hạnh phúc chân thật. Xuất phát từ ấy, con chỉ chúc cho giáo thọ-giảng sư nhân ngày 20/11 bằng cả tấm lòng mình, cũng xuất phát từ "y giáo phụng hành," tập trung thân hành-thân giáo và khẩu hành, ý nghiêm chỉnh.

Con chúc Ni sư giáo thọ T.N. Giới Hương luôn đủ sức khỏe, thân tâm thường lạc, luôn là gương sáng, là nơi để chúng con học tập và noi theo từ thân giáo, khẩu giáo của người.

(Ni sinh T.N. Hạnh Nhẫn)

77

Nhân Lễ Nhà giáo 20/11 Tăng, Ni sinh Học viện Phật giáo Việt Nam, TP.HCM, kính gửi lòng tri ân lên Chư Tôn Đức Ni và các vị giáo thọ sư được nhiều sức khỏe, tri thức là nguồn kho tàng quý báu. Chúng con biết rằng người có tri thức, sẽ sống hướng thiện theo sự hiểu biết, tri thức còn giúp cho chúng con biết phân biệt chánh tà, phải trái, điều gì nên làm và điều gì không nên làm. Thiết nghĩ việc giáo dục Phật học thật sự rất cần cho đời sống tu học của chúng con, là hành trang lợi ích thiết thực mà quý Thầy Cô đã đem lại cho chúng con. Chúng con xin tri ân, kính dâng niềm tin cung kính, mong quý Ngài luôn đem nhiều hạnh phúc đến cho mọi người. Qua những bài giảng sống để hoàn thành xứ mạng giáo dục Phật pháp, giúp xã hội ngày càng tốt đẹp hơn và sự nghiệp tiếp nối ấy mãi trải dài về sau.

(Ni sinh T.N. Hạnh An)

Quang cảnh Tăng Ni sinh toàn khoa Anh Văn Phật Pháp ngày 20/11/2019

Chương
5

Hoằng Pháp Lợi Sanh

Tăng Ni sinh khoa Hoằng Pháp, Khóa 16

Dưới bóng Học viện, Ni sư T.N. Giới Hương đứng bên trái chính giữa và các Tăng Ni sinh Khoa Hoằng Pháp ngày 21/8/2023

1

Kính bạch Giáo Thọ Ni sư T.N. Giới Hương!

Ngày Nhà giáo Việt Nam 20/11/2023 đang lan tỏa trên khắp đất nước Việt Nam thân yêu- mùa của sự yêu thương báo ân, đền ơn của người con Phật với các bậc sư trưởng ân sư. Bên cạnh Công ơn cao hơn cả trời biển của hai đấng sinh thành thì trong ngôi nhà Phật pháp, chúng con như được sinh ra lần nữa bởi những bậc ân sư khả kính, những người lái đò thầm lặng, miệt mài đưa bao lữ khách sang sông.

Không biết chúng con đã tạo được phước duyên gì mà trong những ngày cuối hạ này, chúng ta được tao phùng với Ni sư T.N. Giới Hương, được người tận tình dìu dắt, hướng dẫn tụi con hoàn thành chặng đường cuối của bộ môn thực tập diễn giảng. Ni sư đã truyền trao cho chúng con một nguồn năng lượng, một bầu nhiệt huyết, một ánh sáng rực rỡ chiếu soi để chúng con vững bước trên con đường nhiều lắm chông gai, nhiều lắm thác ghềnh, đang thử thách chúng con ở phía trước: giữa muôn trùng duyên khởi trong cõi ta bà, mối nhân duyên Thầy trò này chúng con mãi khắc ghi. Dẫu biết rằng có nói vạn lời tri ân cũng không đủ.

Kể sao hết những ân tình mà sư đã dìu dắt chúng con trên con đường học đạo.

Nhân ngày lễ 20/11 Ngày Nhà giáo đang đến gần và chúng con cũng sắp phải xa sư, chúng con xin kết những đóa hoa lòng tinh khôi nhất, kính dâng đến Ni sư bậc Thầy giáo thọ khả kính, vượt hơn nữa vòng trái đất để về đây truyền dạy cho đàn hậu học chúng con tại Học viện Phật giáo Việt Nam. Với tất cả tấm lòng biết ơn sâu sắc nhất, chúng con kính mừng khánh tuế đến sư. Nguyện cầu hồng ân tam bảo gia hộ cho sư pháp thể khinh an, tứ đại điều hòa, đạo quả viên thành, chúng sanh dị độ, mãi là bóng cây đại thọ che mát dẫn dắt đàn đệ tử chúng con trên bước đường tu học an vui, giải thoát. Chúng con nguyện tinh tấn tu học và noi gương sáng của Ni sư để đền đáp nghĩa tình ân sư đã dìu dắt:

Ở nơi xa theo hương bay của gió
Chúng con gửi lòng thương kính đến Ni sư
Khách sang sông nhớ con đò bến cũ
Nhớ ơn Thầy Công lao mãi khắc ghi.
Nam mô Hoan Hỉ Tạng Bồ Tát ma-ha-tát!
(Thích nữ Vạn Sương)

2

Trong dịp lễ nhân ngày Nhà giáo 20/11, con xin gởi lời chúc tỏ lòng biết ơn chân thành đến tất cả giảng sư trên khắp đất nước. Những người giảng dạy là những người mang đến ánh sáng tri thức, truyền cảm hứng và gieo mầm hy vọng trong tâm hồn của chúng ta.

Với sự tận tụy và cống hiến, các Ngài giảng sư đã dành trọn cuộc đời để truyền đạt kiến thức, hướng dẫn và tạo điều kiện cho Tăng Ni sinh phát triển tư duy, kỹ năng và tiềm năng Phật tánh. Sự kiên nhẫn, trí sáng và đồng cảm của quý sư đã giúp chúng con vượt qua những thử thách và trở thành những người tự tin, có khả năng đóng góp cho xã hội và đạo pháp.

Chúng con không thể đếm hết những giây phút, những ngày tháng chúng con đã được nhìn thấy quý sư tận tâm dạy bảo, chia sẻ kiến thức và truyền cảm hứng. Những bài học của quý sư không chỉ là những kiến thức trên sách vở, mà còn là những giá trị vô giá về đạo đức, lòng nhân ái và tình yêu thương.

Vì vậy, hôm nay con muốn bày tỏ lòng biết ơn sâu sắc đến quý Sư đã dành cả thanh xuân của mình để con có thể trưởng thành và thành Công. Cảm ơn quý Sư đã truyền cảm hứng cho con, đã tin tưởng và động viên con trong những lúc khó khăn, đã trở thành những người hướng dẫn đáng kính trong cuộc đời con.

Con sẽ trân trọng giá trị của sự giảng dạy và tôn vinh Công lao của quý Sư không chỉ trong ngày hôm nay mà còn suốt cả cuộc đời sẽ tiếp tục lan tỏa tri thức, truyền đạt tình yêu và sự đam mê cho thế hệ tương lai để quý Sư tiếp tục là nguồn động lực và nguồn cảm hứng cho sự phát triển của xã hội.

Con xin mừng ngày Nhà giáo 20/11!

Cảm ơn tất cả quý Sư vì những cống hiến và sự tận tụy của mình.

(Thích Nữ Quảng Tịnh)

3

Trong những ngày này, ở khắp các nẻo đường, những người học trò đang hân hoan hướng về ngày Hiến Chương Nhà giáo Việt Nam 20/11. Với tinh thần "Tôn sư trọng đạo", "Uống nước nhớ nguồn," chúng con có được cơ hội để thể hiện lòng biết ơn đến giáo thọ sư, Người đã thắp sáng ước mơ tươi sáng ở tương lai cho hậu thế, bay cao trên bầu trời tri thức.

"Thầy" là người lái đò tận tụy chuyên chở bao lớp học trò cập bến tri thức, là người đã chấp cánh tương lai cho biết bao thế hệ Tăng Ni sinh chúng con. Người đã hy sinh cả một đời và sự nghiệp đào tạo Tăng tài, Người đã đem cả sở trường tu học của mình để truyền trao cho chúng con. Với mong muốn chúng con được đầy đủ trí tuệ, đạo hạnh và là những người Hoằng Pháp tương lai.

Lời Thầy như ánh ban mai
Cho em thức giấc mộng dài trần gian
Lời Thầy như gió trên ngàn
Cho em bay giữa muôn vàng khổ đau.

Có những người Thầy đã vì tương lai của đàn em thơ dại mà không quản ngại bao gian nan nguy khó, đã vì một thế hệ tri thức mà bỏ cả thanh xuân của mình để cống hiến cho lớp măng non đang hé mầm tươi sáng. Người lái đò phải đương đầu với những cơn sóng gió nhưng chưa một lần chùn tay, chưa một lần dừng lại.

Thầy kính! Người mãi là cội tùng bóng mát cho chúng em quay về nương tựa. Người mãi là suối nguồn thương yêu xoa diệu tâm hồn khô cằn của chúng em giữa đường đời đầu nắng cháy. Ngôn ngữ làm sao có thể nói hết được Công ơn Thầy, Cô đã dành cho chúng em.

Tạ ơn Thầy dẫn em vào rừng tri thức
Cảm nghĩa Cô đưa em đến bến yêu thương.

Chúng em xin nguyện thắp sáng lý tưởng sống cao đẹp, không ngừng nỗ lực học tập cống hiến phụng sự cho đạo Pháp, nguyện đem ngọn lửa yêu thương ban rải khắp mọi nơi, nguyện quên mình sống vì tất cả để đền đáp Công ơn giáo dưỡng. Xin kết những đóa hoa lòng tinh khôi nhất dâng lên những người lái đò yêu thương. Xin cho chúng em được gửi đến quý Thầy Cô lời tri ân sâu sắc nhất trong phút giây thiêng liêng này.

Thầy ơi, con đã hiểu
Con đã hiểu rồi Thầy ơi
Thầy vào đời bằng sự hy sinh thầm lặng
Trên chuyến đò Thầy chở nặng yêu thương.

(Thích Nữ Đồng Tuệ)

4

Kính bạch Quý Ni trưởng, quý Ni sư, quý Sư Cô, Chư Đại Đức Ni.

Kính thưa toàn thể quý Phật tử.

Ơn giáo dưỡng một đời nên huệ mạng

Nghĩa ân sư muôn kiếp khó đáp đền.

Hằng năm cứ đến ngày 20/11 tiến gần trong lòng con không sao tránh khỏi bồi hồi và xúc động. Tưởng nhớ về Công ơn của quý Ngài dành cho Tăng Ni sinh, chúng con thật không có gì có thể so sánh được. Đây cũng chính là dịp để cho con được nói lên lòng kính trọng và biết ơn vô vàn của con với Ngài. Những giới hạnh, uy đức và đạo lực tu tập của Chư Tôn Đức mãi là những tấm gương để cho con học tập và noi theo. Mặc dù trong hoàn cảnh tu học còn nhiều khó khăn, chịu sự ảnh hưởng của đại dịch Covid-19 hai năm qua, nhưng con thấy mình vẫn còn có chút nhân duyên với rất nhiều vị giảng viên, giảng sư. Những "Người lái đò" thầm lặng đã giúp cho con hằng ngày vẫn được nghe chánh pháp, giúp con thay đổi quan niệm sống và nhận thức. Vì hạnh nguyện độ sanh mà quý Ngài đã tận tâm tận lực tìm mọi phương tiện cho chúng con. Như là học qua zoom hay học online, tất cả nhằm giúp cho chúng con đảm bảo việc học. Bên cạnh đó quý Ngài luôn luôn sách tấn chúng con tu học trong mọi hoàn cảnh. Những ân đức đó, con xin được ghi tạc và dặn lòng phải cố gắng nỗ lực, tinh tấn tu tập hơn nữa. Những lời sách tấn của quý Ngài mãi là hành trang cho con trên bước đường tu nhân, học Phật, con xin nguyện sống đạo đức, nỗ lực tu tập, trau dồi tam vô lậu, nguyện truyền tải giáo lý của Đức Phật là một triết lý sống mà chúng con đã được học từ quý Ngài chỉ dạy để thực hành vào đời sống. Đây mới là tri ân và báo ân chân thật nhất đến với Thầy Tổ.

Cuối cùng, con xin thành kính tri ân Quý Ngài đã cho chúng con có dịp để bày tỏ tấm lòng tri ân vô hạn này đến bậc Thầy khả kính.

Nguyện cầu Tam Bảo gia hộ cho quý Ngài pháp thể an khang, Phật sự viên thành. Kính chúc quý Phật tử và gia đình sức khỏe bình an. Con xin thành kính niệm ân!

(Thích Nữ Thánh Nguyện)

5

Chúng con từng nghe rằng: "Người Thầy giáo-người kỹ sư tâm hồn"

Thật vậy, trong cuộc đời mỗi con người sinh ra, ai cũng phải có thời gian ngồi trên ghế nhà trường, được thọ nhận những bài học đầu đời về đạo đức, về cách sống làm người như thế nào. Thầy Cô cho con những con chữ và biết được những kiến thức mới lạ về cuộc sống, cũng như khoa học và mọi điều thú vị về thế giới xung quanh. Và hơn nữa, nhờ có Thầy Cô, những người vun trồng tri thức làm cho chúng con trưởng thành, vững vàng và mạnh mẽ hơn, làm hành trang trong suốt cuộc đời.

Và điều quý báu hơn đối với con, là có nhân duyên khi lớn lên được xuất gia trong ngôi nhà Phật pháp. Những bước đi đầu đời chập chững con được Sư phụ dạy con từng oai nghi, tế hạnh, và những cách sống trong đạo. Thêm nữa là Sư phụ cho con đi học trung cấp Phật học, rồi hiện tại hôm nay con đang được học tại Học viện Phật giáo Việt Nam.nơi đây con rất hạnh phúc khi được gặp các vị giảng sư mà bấy lâu con chỉ mơ ước gặp một lần trong đời thôi cũng được. Như hòa thượng Quyền Pháp chủ đương thời. Sư Bửu Chánh, sư Giác Hoàng, Ni sư Hương Nhũ,...Và hôm nay, môn học của chúng con hân hạnh khi có sự hiện diện của Ni sư T.N. Giới Hương, đã lặn lội từ Mỹ đến Học viện Phật giáo Việt Nam TP.HCM, vì thương tưởng đến hàng hậu học chúng con. Ni sư dạy nhiệt tình và chu đáo, sư cẩn thận in các dàn bài học cho chúng con nắm rõ, về phương pháp Hoằng Pháp như thế nào. Rồi hướng dẫn thuyết trình, sư cẩn thận nghe và ghi lại từng lời của các nhóm thuyết trình, rồi chỉ ra những chỗ chúng con cần khắc phục và phát huy. Sư đã không quản ngại mà đem những quyển sách do tự tay sư biên soạn để tặng chúng con. Sự nhiệt tình và tận tâm của vị Ni sư đã làm cho chúng con rất xúc động. Đức hạnh cao quý của người Thầy là đây. Thật sự, thời gian gần sư tuy ngắn, nhưng để lại nhiều bài học quý báu cho chúng con sau này, cũng như những lời dạy của Ni sư T.N. Giới Hương sẽ làm hành trang cho chúng con trên con đường hoằng dương chánh pháp mai sau. Môn thực tập diễn giảng chúng con sẽ luôn nhớ đến sư.

Ơn giáo dưỡng một đời nên huệ mang
Nghĩa ân sư muôn kiếp khó đáp đền.

Quả thật "Một chữ là Thầy, nửa chữ cũng là Thầy"

Hôm nay, nhân ngày kết thúc môn học, cũng gần đến ngày lễ Nhà giáo 20/11, chúng con không biết nói gì hơn ngoài sự khắc ghi những lời dạy của Ni sư nguyện xin "ý giáo phụng hành." Và chúng con xin mãi mãi sống trong ngôi nhà chính pháp ấy, đem những giáo lý này truyền bá rộng rãi đến mọi người. Phấn đấu tu học thật tốt để báo ơn sâu dày mà Ni sư đã dành cho chúng con.

Chúng con xin cầu chúc cho Ni sư T.N. Giới Hương có thật nhiều sức khỏe và luôn an lành trong ánh hào quang của chư Phật, mong cho sự nghiệp làm người lái đò của Ni sư được nhiều hơn nữa, để có thêm nhiều lớp thực tập diễn giảng như chúng con được đẫm những dòng nước pháp từ Ni sư. Cầu cho sự truyền bá chánh pháp của Ni sư được rộng rãi hơn qua những quyển sách tự tay sư viết và biên soạn. Chúng con xin thành kính niệm ân.

Cổ đức có dạy: "Mộc bổn thủy nguyên" dịch là: "Cây có cội mới trổ cành sinh ngọn, Nước có nguồn mới bủa hết rạch sông."

Và hòa thượng pháp sư Giác Nhiên cũng có nói:

Ơn Thầy như biển rộng sâu
Công Thầy non thái khó hầu sánh qua.

Cuối cùng con xin kính tặng Ni sư bài thơ về người Thầy:

Thầy Cô là người lái đò
Còn con học trò như khách sang sông

Mai này quay Bắc trở Đông
Lòng con vẫn nhớ về ông lái đò
Thầy là muôn vạn vì sao
Thầy là ngọn đuốc soi đường con đi.
(Thích Nữ Liên Hạo)

6

Kính bạch Sư phụ!

Trong bầu không khí trang nghiêm, với hình ảnh uy nghi trong màu huỳnh y rực rỡ và bóng từ bi của bổn sư đang soi sáng vào tâm mỗi chúng con, chúng con xin kính dâng lời khánh tuế lên Sư phụ, xin kính chúc Sư phụ pháp thể khang an, đạo thọ miên trường,đức cao , vĩnh viễn làm thạch trụ cho đạo pháp, đuốc sáng cho trần gian, là mây lành che chở cho hàng đệ tử chúng con trong khi nắng táp mưa sa của gió dục vọng vô minh xô đẩy.

Chúng con thiết nghĩ:

Cha mẹ sanh thân cốt nhục cù lao
Thầy Tổ nuôi mạng tinh thần khó nhọc.

Đạo hạnh và đức độ cao dày của Sư phụ thật đáng để cho hàng hậu học chúng con được noi theo. Tấm gương đó đã tạo cho chúng con nhận thức về lý tưởng sống có đạo đức vững chắc, sự nghiệp là trí tuệ. Thầy là người đã dìu dắt chúng con đến với chính pháp Phật đà. Thật không có nỗi niềm nào diễn tả được nỗi niềm của chúng con ngay lúc này đây. Chỉ mong Thầy có thật nhiều sức khỏe để dìu dắt chúng con trên đạo lộ giải thoát.

Hôm nay nhân buổi lễ mừng Ngày Nhà giáo, chúng con thành tâm, ngưỡng mong muốn mười phương chư Phật gia hộ cho Thầy hoàn thành sở nguyện hoằng dương chánh pháp.

Nam mô Hoan Hỷ Tạng Bồ Tát Ma-ha-tát.

(Thích Nữ Nhân Liên)

7

Kính bạch trên Thầy,

Nhân dịp Ngày Nhà giáo 20/11 này, con xin gửi đến Thầy những lời chúc tốt đẹp nhất và bày tỏ lòng biết ơn sâu sắc đối với những gì mà Người đã truyền dạy và chia sẻ với con. Người không chỉ là người Thầy mà còn là người hướng dẫn, người truyền cảm hứng và người đồng hành cùng con trên con đường tu học.

Con rất biết ơn vì sự dạy bảo, sự khuyến khích và động viên của Người. Nhờ những kiến thức và tình yêu thương mà Thầy đã truyền đạt, con đã có cơ hội trong việc hiểu biết về sự tu tập cũng như cố gắng tinh tấn trong con đường tu của mình, Thầy đã cho con được mở rộng tầm nhìn, rèn luyện lòng từ bi. Thầy không chỉ dùng khẩu giáo để dạy dỗ chúng con, Người còn dùng thân giáo để chúng con lấy đó làm gương, để áp dụng những giá trị đó trong đời sống tu tập của mình.

Con xin nguyện chúc Thầy mãi luôn bên chúng con, thân tâm luôn thường lạc. Chúng con kính mong rằng Công đức và trí tuệ của Thầy sẽ tiếp tục chiếu sáng con đường tu học và lan tỏa hạnh phúc tới vô số người.

Một lần nữa, con xin chân thành niệm ân Thầy vì tất cả những điều tốt đẹp Thầy đã cho con, Con sẽ luôn ghi nhớ và trân trọng lời dạy dỗ khuyên răn của Thầy. Nguyện cho sau này con có thể tiếp bước những gì Thầy đã làm như ngày hôm nay.

(Thích Nữ Diệu Hạnh)

8

Kính bạch Thầy!

Ngày Nhà giáo 20/11 nữa lại đến, chúng con hân hoan, cảm xúc bồi hồi đến lạ. Chúng con nhớ đến Thầy, từ lúc còn thơ bé, con đã được Thầy chăm bẵm, nuôi dạy. Thầy vừa là Thầy lại vừa là cha mẹ. Một mình gánh vác cả ba thiên chức trên vai. Thầy tần tảo sớm hôm, bên ánh đèn dầu soạn từng trang giáo án. Chỉ mong sao chúng con no ấm mỗi ngày.

Thầy kính, chỉ một tiếng "Thầy" sao nghe thân thương quá. Thầy là người đầu tiên cho con biết thế nào là tình thương, Thầy nắm tay con, đưa con vào đạo, đưa con ra khỏi bóng tối vô minh. Những lúc con sai quấy, từng đòn roi của Thầy giúp con thức tỉnh và quay về. Thầy đánh con nhưng con biết Thầy đau hơn con gấp nhiều lần. Lòng tin yêu của Thầy đã nuôi con lớn khôn. Giờ đây khi đã khôn lớn con mới hiểu hết được tình thương Thầy ban tặng cho chúng con.

Nhân Ngày Nhà giáo 20/11 trở về, con kính nguyện mười phương chư Phật gia hộ trên Thầy, thân tâm an lạc, Phật sự viên thành. Thầy mãi là bóng cây đại thọ che mát cho chúng con nguyện noi gương Thầy, cố gắng nỗ lực tu tập hết sức mình để đáp đền Công ơn của Thầy lại giúp cho chúng sinh được nhiều lợi lạc.

Nam mô Hoan Hỉ Tạng Bồ Tát Ma Ha Tát.

(Thích Nữ Trung Phúc)

9

Nhân Nhà giáo 20/11 chúng con muốn gửi lời tri ân sâu sắc đến những giáo thọ sư, bậc đạo sư đã đi trước và hiện tại. Chúng ta sinh ra được nhận sự giáo dục từ cha mẹ, trưởng thành người tốt, có ích cho xã hội, xuất gia được nương tựa Thầy lành, bạn thiện, trợ duyên cho chúng ta vượt qua những phiền não hóa giải vô minh che lấp từ bao đời, khi đến lớp được Thầy Cô giáo hướng dẫn tận tình làm người tốt. Mỗi người con Phật chúng ta là người Thầy trị tâm bệnh cho hàng ngàn cư sĩ khi bị phiền não trói buộc, nên khi ta tiếp xúc với tất cả mọi người dù tốt hay xấu đều là người, có thể cho chúng ta những bài học ở đời.

Vì vậy, nhân ngày Nhà giáo 20/11, con xin nguyện mười phương chư Phật hằng gia hộ cho tất cả chúng sanh chuyển hóa được vô minh, tu tập được nhiều an lạc. Các bậc đạo sư, giáo thọ sư luôn là những bóng cây che mát cho chúng con nương tựa, để chuyển hóa được nội tâm của mình.

(Thích Nữ Tuệ Quang)

10

Cung kính ngưỡng bái bạch trên Sư phụ khả kính!

Kính xin Sư phụ từ bi hoan hỉ chứng tri cho hàng đệ tử chúng con.

Hôm nay nhân Ngày Nhà giáo, cho phép đệ tử chúng con được cung kính đảnh lễ mừng Khánh Tuế Sư phụ muôn vàn tôn kính! Thêm một tuổi hạ thêm nhiều điều hỷ lạc, Phật trí viên thông.

Cung kính bái bạch Sư phụ chúng con hằng luôn nhớ câu:

"Ơn giáo dưỡng một đời nên huệ mạng
Nghĩa Tôn Sư muôn kiếp khó đáp đền."

Kính bạch Sư phụ! Cho chúng con được gọi hai từ "Sư phụ" bằng cả lòng tôn kính thân yêu.

Kính bạch Sư phụ! Đã bao lần sen nở, đã nhiều lần cúc thay hoa, thân tứ đại Sư phụ thị hiện dần suy theo năm tháng nhưng ngũ phần hương pháp thân Sư phụ vẫn tỏa ngát cả không gian.

Trong suốt bao năm tháng qua, từ lúc chớm mầm bước qua đạo, vào ngôi nhà chung Phật Pháp, chúng con đã được nuôi dưỡng bằng "dòng sữa" Pháp ngọt ngào từ trái tim ấm áp đậm sâu của Sư phụ. Dòng pháp âm của Người đã âm thầm che chở, nâng đỡ chúng con mỗi khi gió nghiệp phiền não đến, giúp cho chúng con xua tan vô minh ưu phiền trong tâm thức.

Giúp chúng con lớn khôn trong vành nôi Chánh Pháp. Sư phụ như người mẹ sẵn lòng yêu thương, dìu dắt và chăm sóc một cách tận tình từ bữa cơm đến giấc ngủ, tất cả sinh hoạt phí Sư phụ đều lo hết, khiến chúng con vô lo vô nghĩ dưới sự đùm bọc ấm áp vô bờ bến. Đôi khi chúng con sanh ra tâm ỷ lại và xem thường những điều mà Sư phụ luôn âm thầm làm cho chúng con.

Nhưng cho đến hôm nay, dù gần hay xa Sư phụ, mỗi chúng con đều cảm nhận giá trị chân tình Sư phụ dành cho. Lòng từ bi của Sư phụ sao bao la cao quý quá, sâu đậm và thánh thoát quá! Lúc này đây, con cảm thấy ngôn ngữ thế gian vô tận cũng vô lực khi diễn tả lòng từ bi và hạnh nguyện vị tha của Sư phụ. Đành rằng biểu tượng không phải là thực thể, ngôn ngữ diễn đạt không phải là chân lý thường hằng.

Song xin Người cho phép chúng con vay mượn từ ngữ sai biệt của đời thường để bày tỏ tình thương tôn kính, thiêng liêng mà bất diệt của chúng con đối với Sư phụ khả kính.

Ngưỡng bạch Sư phụ muôn vàn tôn kính! Cả cuộc đời Người đã thể hiện trọn vẹn giáo Pháp cao siêu của Đức Thế Tôn, bằng những kinh nghiệm thực chứng của mình, Sư phụ truyền trao cho chúng con trọn vẹn gia tài của Như Lai! Sư phụ thường dạy "Giáo Pháp không nằm trên sách vở, con chữ, Giáo Pháp nằm trong tiềm năng của chính mình. Phải luôn khéo dạy dỗ uốn nắn tâm mình, đừng mãi rong ruổi với ngũ dục Tài-Sắc-Danh-Thực-Thùy, hãy luôn tâm niệm về vô thường, khổ, vô ngã, để đừng buông trôi nắm bắt phù trần mà đánh rơi sự tu học giải thoát của chính mình. Phải biết quay về quán chiếu nội tâm là chánh hay tà, soi chiếu việc làm và suy nghĩ của mình.

Lời vàng ngọc mà Sư phụ dạy, chúng con xin ghi lòng tạc dạ, nguyện đem Pháp bảo tôn quý áp dụng vào đời sống thực tế, để ân hưởng được hương vị ngọt ngào của suối nguồn Pháp ngữ bất tuyệt từ Người. Dòng Pháp âm của người đời đời chúng con không quên.

Song kính bạch Sư phụ cho chúng con được thành tâm sám hối với Sư phụ bởi chúng con còn quá ngu muội, mê mờ nên nhiều lúc làm Người buồn, làm tổn thương tới Người. Chúng con đã không biết vâng lời, thốt ra những lời bất kính, ngỗ nghịch, không biết được sự hi sinh của Sư phụ to lớn biết nhường nào. Viết những dòng này, cảm xúc trong con là sự hối lỗi và ân hận, xấu hổ tột cùng với bậc Ân Sư khả kính. Xin thốt ra lời sám hối tận đáy lòng, chúng con ngàn lần dập đầu lễ tạ sám hối với Người.

Ngưỡng mong Sư phụ có thể từ bi thưởng tưởng cho những người đệ tử vô minh này được sám hối. Mong Sư phụ rộng lòng tha thứ cho chúng con, chúng con nguyện mãi hằng cầu sự chỉ dạy của Người.

Bao kiếp nhân duyên hạnh phúc thay!

Thầy xưa bao thuở Thầy nay

Công ơn thầm lặng gieo Thánh Đức

Nuôi mầm bồ đề dưỡng Thánh Nhân.

Chúng con nguyện hồng ân Tam Bảo gia hộ cho Sư phụ thân khỏe tâm an, mãi là bóng cây đại thọ che chở dìu dắt chúng con, mãi là chiếc thuyền Bát nhã đưa chúng con xa lìa ngũ dục, vượt biển sông mê đến bến bờ giác ngộ an lành.

Chúng con nguyện học theo hạnh và lời dạy của Người, nương theo gót chân của Người, quyết tâm sửa đổi mọi thói hư tật xấu để trở thành người tu chân chánh, biết khiêm cung thúc liễm thân tâm và hành trì giới định tuệ, để cho không phụ lòng thương tưởng của Sư phụ cả đời dành cho chúng con.

Dẫu rằng một chữ là Thầy

Dẫu rằng nửa chữ Công dày ơn sâu
Mai kia vào cuộc bể dâu
Lời Thầy là những hạt châu soi đường.

Trên đây là tất cả lòng tôn kính của con dành cho Sư phụ khả kính với chút ít quà mọn và bó hoa tâm dâng lên Sư phụ cùng ngôn ngữ hạn hẹp thiếu sót của mình khi bày tỏ với Người. Ngưỡng mong Sư phụ từ bi ai mẫn nạp thọ cho chúng con được ân triêm Công đức.

Tâm người luôn sáng tựa trăng cao
Ánh mắt luôn tươi tựa cánh đào
Lời nói nhẹ nhàng an khắp cõi
Cử chỉ Người ban thật ngọt ngào.

(Ẩn danh)

Nhân lễ Ngày Nhà giáo 20/11 lại về nhắc chúng con nhớ đến bốn ơn nặng nề mà đức Phật dạy. Đó là:

Ơn cha mẹ
Ơn Thầy Tổ
Ơn đất nước
Ơn chúng sinh.

Chúng con xin mượn lời bài hát : "Ta đi trong đời, một đời nặng mang biết bao nhiêu nợ ơn sâu...Ơn Cha ơn Mẹ từ khi ấu thơ bồng bế nâng niu, dịu dàng, ơn Cô, ơn Thầy, bài học sớm hôm đưa bước chân qua tuổi ngây thơ...

Lòng biết ơn xin như trùng dương
Dâng cả cuộc đời lên đấng từ bi.

Nhân đây, con xin gửi lời chúc đến cha mẹ, quý Thầy Cô, có được nhiều niềm an vui trong chánh pháp của Đức Thế Tôn.

(Thích Nữ Vĩnh Hạnh)

11

Nhân lễ Ngày Nhà giáo, chúng con là những học Tăng, học Ni đang ngồi trên ghế nhà trường, với hướng nguyện gửi đến những bậc ân sư khả kính. Trong thời gian qua, quý Ngài đã ban tặng cho chúng con những bài pháp hay, những kinh nghiệm sống của người đi trước... những ân tình này khó đáp đền đủ. Quý Ngài như người lái đò, chở chúng con đi khắp nẻo đường, nhưng chưa bao giờ than thở mệt nhọc, để có những tiết học quý Ngài đã lặn lội đường sá xa xôi đến để dạy dỗ, truyền trao kiến thức cho đàn hậu học chúng con. Chúng con kính chúc quý Ngài sức khỏe tâm an, đạo thọ miên trường, vẫn là ông lái đò cho đàn hậu học các thế hệ đã đi qua. Nguyện hồng ân Tam bảo gia hộ cho quý Ngài được nhiều Phật sự lớn lao cho đạo pháp. Chúng con nguyện y giáo phụng theo những lời dạy của quý Ngài đã bao năm giảng dạy và truyền giao.

Nam mô Chứng Minh Sư Bồ Tát ma-ha-tát!

(Thích Nữ Nhuận Châu)

12

Nhân ngày 20/11 lại dâng lên trong con niềm cảm xúc Tri Ân và Báo Ân như chúng con gửi gắm qua bài thơ này:

Ân giáo dưỡng vô biên khó tả
Hơn biển non hơn cả hư không
Lấy chi sánh ví cho đồng
Lấy chi đền đáp thâm ân của Thầy.

Thật vậy, để chúng con có được tri thức và môi trường tu học đến ngày hôm nay, chúng con không thể không kể đến Công đức sâu dày của Thầy Cô giảng viên, Thầy Tổ đã khơi gợi, đã tưới tắm, phát triển thêm sự lớn mạnh trong vườn tâm của mình để tiến tới hạnh phúc cao thượng, để làm lợi lạc quần sanh.

Nhân ngày Nhà giáo 20/11, trong giây phút thiêng liêng thấm đượm nghĩa tình Thầy trò này, chúng con xin nguyện khắc ghi tất cả những Công đức ấy và xin nguyện nỗ lực tu tập trau dồi giới hạnh để xứng đáng với sự mong mỏi của Thầy, Cô.

Chúng con kính nguyện, Thầy Cô, giáo thọ, Thầy Tổ luôn an tướng, tứ đại ôn hòa, phác trí trang nghiêm, mãi là tán cây cổ thụ che mát chúng con trên đạo lộ hoằng pháp lợi sanh, là nơi chúng con trở về nương tựa tu học, thành tựu tâm nguyện cao cả của người xuất gia.

(Thích Nữ Đức Đạo)

13

Chuông chùa vang vọng đâu đây
Cốc cốc tiếng mõ, tiếng Thầy xa xạ
Chuông mõ sao Thầy thiết tha
Vu Lan tháng bảy, nhạt nhòa trầm tư
Hương thơm phảng phất trên lư
Chúng con trân trọng kính thương ơn Thầy

Nhân Ngày Nhà giáo 20/11 về, ngày tri ân và đền ân, con xin chân thành từ tận đáy lòng của mình tri ân Thầy Cô, Sư phụ.

Thầy Cô kính, người đã truyền cho con đuốc tuệ, Giới-Thân-Huệ-Mạng này. Người đã dẫn dắt chúng con trên con đường tu học, từ bi và nhân ái. Những lời dạy từ Người, Sư phụ ơi! Người đang mang đến cho chúng con tình yêu vô lượng, soi rọi chúng con trong cuộc hành trình giải thoát, giác ngộ và tìm cầu chân trình giải thoát, giác ngộ và tìm cầu chân lý. Con kính xin tri ân sâu sắc đến Người vì đã dẫn lối, giúp chúng con trên thuyền bát nhã đưa khách sang sông là hàng đệ tử xuất gia chúng con.

Nhân dịp Ngày Nhà giáo, chúng con cầu chúc người mãi là cây đại thụ che chở, dìu dắt đệ tử chúng con về bến giác, Người luôn là ngọn đuốc soi sáng truyền trao cho chúng con Giới-Định-Tuệ trên con đường tu tập và lợi cho tha nhân.

Nam mô A Di Đà Phật!

(Thích Nữ Thiện Thông)

14

Với hoài bảo truyền đăng tục diệm, tiếp dẫn hậu lai, báo Phật ân đức. Ví như Bồ Tát lập hạnh nguyện lợi tha đi vào cuộc đời, cũng thế Hòa Thượng giáo thọ, giảng viên, không màng vất vả lao tâm, lao lực, đem giáo lý nhiệm mầu của Đức Phật thuyết giảng giáo dưỡng Chư Tăng Ni chúng con để đào tạo giống Thích tử càng thêm tăng trưởng trong ngôi nhà Tăng Bảo.

Chúng con rất hân hạnh được thọ ân trí đức của Hòa Thượng từ vật chất nuôi dưỡng thân ngũ uẩn đến sự giáo dưỡng tinh thần, sách tấn sự tu học, trau luyện trí tuệ cho chúng con thăng tiến trong trường đạo.

Với sự hy sinh vì đạo pháp của Hòa Thượng ví như những đám "tường vân" tuôn mưa rơi xuống cỏ cây đều được đượm nhuần, cũng thế lời giảng huấn của Hòa Thượng khiến cho Tăng Ni trẻ chúng con thấm nhuần, phát triển khai thông trí tuệ. Chúng con cảm thấy xúc động bồi hồi tưởng nghĩ Hòa Thượng là một trong những bậc thừa hành chí cả, là bậc truyền bá đạo mầu, là bậc mô phạm dẫn đầu chúng sanh.

Kính bạch Hòa Thượng giảng sư!

Mùa hạ năm nay, Hòa Thượng đã không ngại đường xá xa xôi đã đến giáo huấn Chư Tăng Ni chúng con với những bài pháp vô cùng quý báu, với những lời văn thanh thoát, âm điệu nhẹ nhàng, đưa chúng con đi vào từng chi tiết giáo lý rộng sâu Phật Đà. Hòa Thượng đến với chúng con không những bằng khẩu giáo mà còn là thân giáo. Sự cảm kích của chúng con: Hòa Thượng là hiện thân của từ bi hoan hỷ, dung tướng thanh thản an nhiên. Như nhà thơ Trần Đông Sơn đã viết:

Chẳng có gì ái ngại
Dù giông tố bão bùng
Tâm từ luôn thanh tịnh
Cát bụi chẳng làm phiền.

Chúng con nguyện sống theo thân giáo, khẩu giáo của Người đã truyền đạt với tâm hoan hỷ tùy duyên, an lạc và chúng con nguyện cố gắng hành trì cho thành tựu đức hạnh như Người.

Kính bạch chư Hòa Thượng Giáo thọ!

Nhân ngày Nhà giáo 20/11, chúng con thành tâm cúi đầu kính nguyện Hòa Thượng được pháp thể khương an, động lực miên tường, mãi mãi là ngọn hải đăng soi sáng cho chúng con, những kẻ lữ hành trong buổi hoàng hôn tắt bóng.

"Nguyện noi gương sáng của Ngài
Làm viên gạch nhỏ xây đài thế gian
Trang nghiêm cuộc sống Tăng đoàn
Làm nơi nương tựa cho hàng chúng sanh."

Cuối lời, chúng con chỉ mong cho Hòa Thượng có thật nhiều sức khỏe, hoàn thành sở nguyện hoằng dương Chánh Pháp của Ngài, luôn luôn là người Thầy cao cả nhất để hàng hậu học chúng con noi theo.

Nam mô Bổn Sư Thích Ca Mâu Ni Phật!

(Thích Tâm Chiêu)

Ni sư Giới Hương đang hướng dẫn lớp Anh Văn Phật Pháp, khóa 17, ngày 11/8/2023

15

Kính bạch trên Thầy giáo thọ, hòa cùng không khí cả nước, mỗi người học trò hướng về ngày Nhà giáo Việt Nam 20/11 để tỏ lòng biết ơn sâu sắc đến quý Thầy, Cô đã dày Công truyền trao kiến thức cũng như dạy cho chúng con cách làm người có đạo đức. Nay con đại diện toàn thể cả lớp xin kính gửi đôi lời tri ân sâu sắc đến Người.

Thời gian qua Thầy đã hướng dẫn, truyền dạy cho chúng con những bài học kiến thức để chúng con ngày càng phát huy được sức học của mình, hiểu biết thêm về cuộc sống. Không chỉ thế Thầy còn rất thân thiện gần gũi. Thầy tận tâm và đồng hành cùng chúng con trong suốt thời gian học tập của chúng con. Thầy giúp chúng con hoàn thiện chính mình mỗi ngày, trở nên tốt hơn, dạy cho chúng con những giá trị sống, kỹ năng quan trọng với lòng tự tin hướng đến thành Công. Thầy là tấm gương, là người truyền cảm hứng và khích lệ chúng con vượt khó khăn để khám phá khả năng tiềm ẩn của mình.

Nhân ngày 20/11, chúng con xin kính chúc Thầy luôn mạnh khỏe, hạnh phúc và gặt hái nhiều thành Công trong việc truyền đạt tri thức và dạy dỗ thế hệ trẻ. Chúc Thầy luôn tràn đầy năng lượng, đam mê và sự yêu thương dành cho học trò. Mong rằng Công lao của Thầy sẽ được Công nhận và đền đáp xứng đáng.

Một lần nữa con xin chân thành cảm ơn Thầy vì những đóng góp lớn của Thầy vào sự phát triển của chúng con xin chúc Thầy có một ngày 20/11 thật ý nghĩa và tràn đầy niềm vui.

(Thích Nữ Thanh Trí)

16

Nhân ngày Nhà giáo 20/11 con xin viết vài dòng tri ân đến Thầy bổn sư của con, con xin được mượn ngày của thế gian để bày tỏ lòng tri ân sâu sắc nhất đến Sư phụ.

Kính gửi Sư phụ yêu quý.

Những dòng tri ân này được viết từ tận đáy lòng trân trọng và tri ân của con đối với Sư phụ. Bản thân con cảm thấy thật hạnh phúc và vui vì được làm đệ tử của Người. Tuy Người không có bằng cấp hay địa vị gì cao xa, nhưng những lời chân thật, lối sống giản dị của Người luôn làm cho huynh đệ chúng con tự hào. Sư phụ luôn có tấm lòng và hạnh cung kính và khiêm cung đối với các bậc tôn túc. Sư phụ luôn dạy cho chúng con học cách nhẫn nhục khi gặp chuyện gì, Người động viên khi chúng con buồn và phiền não. Bản thân chúng con cảm nhận được sự yêu thương chăm sóc từ Sư phụ. Nhân ngày 20/11 này, huynh đệ chúng con muốn dành những lời tri ân chân thành nhất để bày tỏ lòng biết ơn sâu sắc đến tất cả những Công lao và sự nghiệp đóng góp của Thầy trong suốt những năm qua.

Sư phụ ơi! Từ ngày con bước chân vào Chùa, Sư phụ là người dẫn dắt con trên con đường tri thức và biết được bổn phận của mình khi còn ở trong Chùa. Sư phụ truyền đạt những kỹ năng kinh nghiệm của Người khi còn là sadi, nhưng hơn thế nữa Thầy còn truyền đạt cho huynh đệ chúng con những giá trị sống quý báu, những đức tính cao đẹp và lòng đam mê học hỏi vô tận.

Sư phụ ơi! Nhờ có Người mà chúng con có thêm một thân mạng mới, một lối sống thanh thoát, thanh bần, được đi học như ngày hôm nay, nhờ như vậy mà chúng con đã được thực tập để hình thành những phẩm chất nhân cách tốt đẹp. Sư phụ chính là tấm gương cho chúng con noi theo, soi rọi cho chúng con thấy được con đường giải thoát. Người đã giúp chúng con rèn luyện lòng kiên nhẫn, sự kiên trì và khả năng chịu đựng trong cuộc sống.

Sư phụ ơi! Chúng con không làm sao diễn tả được hết lòng tri ân và lòng biết ơn của chúng con đối với Người, những lời dạy của Người luôn luôn khắc sâu vào tâm trí con. Chúng con sẽ luôn tự hào và trân quý tình cảm mà Người dành cho chúng con. Vì thế mà mỗi khi được nghỉ học, chúng con luôn đi về Chùa ngay lập tức để được gần Thầy, thân cận Thầy, cảm nhận sự yêu thương của Thầy.

Chúng con xin chân thành tri ân Sư phụ, Người đã dành cả cuộc đời vì đạo Pháp, vì đệ tử mà không màng đến bản thân, Người đã dành hết cuộc đời mình truyền đạt tri thức, làm nên tương lai chúng con. Mọi thành tựu có được như ngày hôm nay của chúng con là niềm tự hào và cũng là thành Công của Sư phụ.

Chúng con là những đệ tử luôn tri ân Người và cầu chúc cho Người thật nhiều sức khỏe để ở cạnh chúng con mãi mãi.

Chúng con luôn luôn yêu Người Sư phụ ạ!

(Thích Nữ Khai Liên)

17

Nhân Ngày Nhà giáo 20/11, con muốn có đôi lời để bày tỏ lòng biết ơn với Giáo Thọ: Ni sư T.N. Giới Hương.

Ngày Nhà giáo 20/11đang cận kề, đây là dịp để mỗi người sống chậm lại, biết yêu thương, chia sẻ nhiều hơn nữa khi cuộc sống ngày càng trở nên xô bồ hơn, khắc nghiệt và hối hả hơn. Là dịp để mỗi chúng ta hướng lòng thành kính tri ân đến các bậc sinh thành dưỡng dục, những người đã dìu dắt chúng ta trên bước đường tu học.

Là một học ni, đã và đang ngồi trên ghế nhà trường, tiếp nhận giáo lý mà quý Ngài truyền trao. Trên tinh thần báo ơn và đền ơn, mặc dù với Ni sư chỉ đến với lớp mới hai buổi học nhưng cách truyền đạt và hướng dẫn cho chúng con những điều căn bản của người Hoằng Pháp, Ni sư đã tặng cho chúng con những quyển sách ý nghĩa của chính Ni sư viết. Chúng con được học ở Ni sư vài buổi, nhưng thu thập kiến thức từ Ni sư rất nhiều và chính bản thân chúng con luôn biết ơn với Ni Sư đã dành thời gian quý giá để đến với lớp. Đặc biệt, Ni sư từ nơi xa xôi với nửa vòng trái đất, Ni Sư đã thương tưởng đàn hậu học như chúng con mà đã dành thời gian đến với chúng con, chúng con rất trân trọng những giây phút ấy. Chúng con xin gửi những tình cảm của mình qua bài thực tập này đến với Ni sư.

Nguyện Hồng ân Tam Bảo gia hộ cho Ni sư luôn sức khỏe bình an, mãi là bóng cây đại thọ che mát cho chúng con trên bước đường tu học.

(Thích Nữ Nhuận Nguyên)

18

Ân giáo dưỡng một đời huệ mạng

Nghĩa ân sư muôn kiếp khó đáp đền.

Kinh bạch quý Sư, chúng con-những người con ba miền Bắc, Trung, Nam hội lại tại đây trong một nhà Phật pháp. Nhân dịp Ngày Nhà giáo 20/11, ngày tri ân những người một đời hy sinh sức lực của mình để truyền trao tri thức cho học trò, chúng con thành kính gửi đến Người lời tri ân sâu sắc nhất.

Quý Ngài như người lái đò ngày nay đưa khách sang sông không nề hà khó khăn thời tiết, thời gian, một lòng vì hàng hậu bối mà tận tâm tận tình chỉ giáo những kinh nghiệm đã qua trên con đường tu học của mình.

Chúng con đã bao lần làm chuyện buồn cho Người, nhưng với lòng bao dung rộng lớn, chúng con nhận lại những bài học thực tế, qua đó chúng con trưởng thành hơn.

Chúng con cầu nguyện Hồng Ân Tam Bảo gia hộ quý Ngài thân khỏe tâm an, luôn là cây đại thọ để chúng con nương tựa vào.

(Thích Nữ Huệ Minh)

19

Nhân ngày Nhà giáo 20/11, con xin được bày tỏ lòng biết ơn đối với Thầy con. Đầu tiên là lời cảm ơn sâu sắc con xin gửi đến Thầy, khi con không còn cha mẹ thì Thầy là người đã dang đôi tay rộng mở che chở cho con, dạy bảo, dìu dắt con đến với đạo, cho con đi học để có thêm kiến thức và sự hiểu biết về Phật Pháp. Thầy luôn hỏi thăm con khi con học ở xa khi con chưa về, "Con khỏe không?", "Con nhớ chăm sóc tốt cho bản thân", "Việc học thế nào rồi?", "Cố gắng học nghe con", "Ăn uống đầy đủ nhe", "Còn tiền tiêu vặt không, phụ gửi",... Chính những lời quan tâm của Thầy là động lực tiếp bước cho con vượt qua mọi khó khăn, chông gai trong cuộc sống này. Cha mẹ con không còn, hôm nay Thầy vừa làm Thầy, vừa làm cha. Thật may mắn diễm phúc cho:

Thầy là bóng cả ngã che con
Là cả tình thương chẳng xoáy mòn
Là cả cuộc đời vô biên hóa
Nặng nghĩa tình Thầy như nước non.

Ngày Nhà giáo lại về, mong phương xa thời thời cho Thầy được bình an, được sức khỏe. Tuy chưa từng mở một lời nói thương yêu đến Thầy. Nhưng không thể phủ nhận là không có tình cảm. Mỗi lúc mỗi thời đều cầu nguyện hướng tâm về Thầy kính yêu.

Thời gian dẫu bạc mái đầu
Tim con vẫn tạc đậm câu ơn Thầy.
(Thích Thiện Thanh)

20

Kính bạch trên Sư phụ,

Cứ mỗi năm ngày Nhà giáo Việt Nam 20/11 về, trong lòng con luôn xúc động bùi ngùi nhớ về Công ơn Thầy Tổ giáo dưỡng.

Sanh con ra là cha mẹ, nhưng người tác thành cho con hạnh nguyện giải thoát chính là Sư phụ. Sư phụ là ông lái đò thầm lặng, đã vượt qua bao nhiêu cơn sóng dữ chướng duyên, đã giữ vững tay chèo đưa con đến bến bờ hạnh phúc.

Dẫu rằng một chữ là Thầy
Dẫu rằng nửa chữ cũng dày ơn sâu
Mai kia vào cuộc bể dâu
Lời Thầy là những hạt châu soi đường.

Giờ đây, tâm tâm niệm niệm con xin hướng về Sư phụ, chúc

Sư phụ tăng trưởng đức độ, thân tâm thường an lạc, mãi là cây đại thụ che chở cho con trên đường tu học giải thoát.

Nam mô A Di Đà Phật

(Thích Nữ Thanh Ân)

21

Nhân Ngày Nhà giáo 20/11, ngày tôn vinh của quý giáo thọ sư, với tinh thần "Tôn sư trọng đạo", "Uống nước nhớ nguồn", Tăng Ni sinh chúng con có cơ hội thể hiện niềm biết ơn đến với giáo thọ sư. Người đã thắp sáng ước mơ, giúp chúng con bay cao trên bầu trời trí thức. "Thầy" người lái đò chở bao lớp học tri thức, hy sinh một đời vì sự nghiệp đào tạo Tăng tài, mang cả kiến thức truyền trao cho chúng con với mong muốn chúng con được đầy đủ trí tuệ và đức hạnh, người không chỉ nâng đỡ chúng con về kiến thức, còn dạy chúng con những bài học, đạo lý làm người, chúng con xin nguyện thắp sáng lý tưởng sống, không ngừng nỗ lực học tập, phụng sự cho đạo pháp, chúng con xin gửi đến quý giảng viên, giáo thọ sư lời tri ân sâu sắc nhất chúc cho quý Ngài Thân khỏe - Tâm an - Phật sự được viên mãn.

(Thích Nữ Thanh Tâm)

22

Nhân ngày 20/11 chúng con tập thể Tăng Ni sinh khoa Hoằng Pháp khóa XVI chúng con có đôi lời tri ân đến quý Thầy Cô giáo thọ.

Kính thưa quý Thầy Cô giảng sư, giáo thọ, mới đây chúng con bước chân vào ngôi trường Học viện Phật giáo Việt Nam tại TP.HCM này, chúng con còn rất nhiều bỡ ngỡ và lạ lẫm, trên con đường tu học buổi ban sơ của chúng con tại Học viện. Chính Thầy Cô là những vị đã dẫn lối, soi đường cho chúng con noi theo. Thầy Cô luôn tận tâm và giúp đỡ chúng con một cách nhiệt tình bằng cách truyền trao những kiến thức Phật Pháp, những kinh nghiệm trong cuộc đời tu tập để giúp chúng con được trưởng thành hơn mỗi ngày, Thầy Cô giống như một vị huynh đệ đi trước của chúng con, hiểu được tâm tư tình cảm của chúng con và luôn luôn đưa ra những góp ý một cách chân thành và thiết thực nhất. Thầy Cô đã không ngần ngại truyền đạt lại những điều quý báu, giúp chúng con có được thêm nhiều những hiểu biết về thế giới xung quanh mình và khai phá khơi dậy, đánh thức tiềm năng của chúng con.

Lớp Hoằng pháp Khóa 12 - Sáng thứ bảy 30/11/2019

Quý Ngài là ngọn đèn sáng trong cuộc đời của chúng con, những lúc khó khăn hay gặp những buồn vui trong cuộc sống, quý Ngài luôn ở bên động viên khích lệ và hỗ trợ chúng con, giúp chúng con có được niềm tin vào bản thân. Chúng con còn học được từ quý Ngài phong thái ung dung bình tĩnh của bậc mô phạm, làm cho chúng con cảm thấy ấm áp vô cùng.

Kính thưa quý Thầy Cô, ngôn ngữ ở thế gian thật hạn hẹp, làm sao có thể diễn đạt lòng biết ơn sâu sắc và tình cảm của quý Thầy Cô dành cho chúng con. Những gì Thầy Cô đã dạy góp một phần rất lớn cho quy chuẩn đạo đức để chúng con noi theo. Chỉ mong rằng những thành Công dù là nhỏ nhất trên bước đường tu học của chúng con đạt được sau này sẽ là những món quà mà chúng con dùng để tri ân Công sức của Thầy Cô dành cho chúng con.

(Thích Minh Huy)

23

Ngày 20/11 hàng năm, chúng ta luôn dành thời gian để tôn vinh, bày tỏ lòng biết ơn với những người Thầy Cô, những bậc hướng dẫn trên con đường học tập và phát triển để giúp chúng ta hoàn thiện bản thân mỗi ngày.

Ngày 20/11 là ngày Nhà giáo Việt Nam . Đây là truyền thống tôn sư trọng đạo ăn sâu vào máu của triệu triệu người dân để bày tỏ lòng biết ơn chân thành của bản thân đối với những Công lao và sự cống hiến của Thầy Cô giáo. Thầy Cô giáo là giáo thọ sư, là những người đã rót vào tâm hồn của chúng ta những kiến thức vô cùng quý báu, những giá trị sống đáng trân trọng. Những bậc tiền bối không chỉ truyền đạt kiến thức mà còn là người truyền cảm hứng, khơi dậy niềm đam mê và khát vọng khám phá thế giới, luôn sách tấn và khuyến tu cho chúng ta. Nhờ vậy chúng ta mới có cơ hội phát triển tư duy, rèn luyện kỹ năng và khám phá tiềm năng của bản thân.

Bên cạnh những kiến thức học đường, Thầy Cô giáo hay các bậc tiền bối còn truyền cho chúng ta những giá trị nhân văn, đạo đức và lòng từ bi. Những bài học về lòng nhân ái, sự tử tế, tôn trọng đồng loại không chỉ giúp chúng ta trở thành những Công dân tốt mà còn hình thành nhân cách và phẩm chất đáng quý.

Những bài học quý giá, những lời động viên truyền cảm hứng luôn trở thành nguồn động lực để chúng ta vượt qua khó khăn, đạt được thành tựu trong cuộc sống.

Bây giờ, khi nhìn lại những quãng đường đã qua, con thực sự biết ơn và tôn trọng những bậc tiền bối luôn là người đồng hành và hướng dẫn con trên con đường trưởng thành. Thành kính gởi lời tri ân sâu sắc đến những vị tiền bối luôn có sức khoẻ, mãi là bóng cây đại thụ cho chúng con được chở che trên con đường học và tu phía trước.

(Thích Nữ Thường Liên)

24

Ngày Nhà giáo 20/11 là ngày lễ vô cùng ý nghĩa và quan trọng, không chỉ đơn thuần là gợi nhắc cho chúng ta nhớ về "Uống nước nhớ nguồn", nhớ ơn vị Thầy Bổn Sư và các Thầy giáo thọ của mỗi chúng ta. Ngày Nhà giáo là tri ân và báo ân, trước nhất kính chúc, Sư phụ, quý Thầy Cô vững bước trên con đường "Tiếp dẫn hậu lai - Báo Phật ân đức". Công cao dày mà quý Ngài đã dìu con vào Đạo, tập cho con đi những bước đầu tiên trên lộ trình của bậc ẩn sĩ với chí xuất trần cao thượng.

"Ân giáo dưỡng một đời nên huệ mạng
Nghĩa Tôn Sư muôn kiếp khó đáp đền"

Nói làm sao cho hết Công ơn của Thầy Tổ. Trên tinh thần "Tri ân - Báo ân." Con xin nguyện cầu hồng ân Tam Bảo thường gia hộ cho Sư phụ tứ đại điều hòa, là tàng cây che mát cho đệ tử chúng con nương tựa. Thăng tiến Đạo tâm, tăng trưởng Đạo lực, mãi là người lái đò đưa chúng con đến bờ giác ngộ bằng những kinh nghiệm của người đi trước.

(Thích Quảng An)

25

Ngày Nhà giáo 20/11 là ngày tri ân và báo ân. Bên cạnh việc luôn nhớ nghĩ về Công ơn sinh thành của cha và mẹ, chúng con vẫn luôn đau đáu nghĩ tưởng về Công ơn huấn dục của các bậc Thầy Tổ, những người mà chúng con đang ngày

ngày, phải chịu ơn.

Bởi nếu như mẹ cha sinh ra thân này của chúng con ở nội gia đình trần thế thì quý bậc Thầy Tổ lại là người sinh ra giới thân huệ mạng trong Phật pháp cho chúng con. Nhân Lễ Nhà giáo Việt Nam 20/11, chúng con nhất tâm hướng về ba ngôi cao quý cầu nguyện hồng ân thường gia hộ cho các bậc Thầy Tổ thân tâm an lạc, Phật sự châu viên và luôn là người đưa đường dẫn lối cho chúng con trên lộ trình tu học, giải thoát.

(Thích Quảng Hảo)

26

Kính bạch chư Tôn Đức Giáo Thọ Sư, nhân Ngày Nhà giáo đến cũng là khoảng thời gian ba tháng an cư kiết hạ được thành tựu viên mãn: Hình ảnh quý Ngài tận tụy mang ánh sáng Phật Pháp lan tỏa khắp thế gian. Hình ảnh quý Ngài miệt mài trên những trang giáo lý cho chúng con đi đúng con đường. Hình ảnh các Ngài nhiệt tâm, nhiệt huyết trên các lớp trong các buổi giảng đã khiến cho chúng con lấy làm xúc động và cảm phục vô cùng.

Chúng con là những búp măng non, là những đứa con cùng tư duy ở trong nhà Phật Pháp do có chút duyên lành nhưng để trụ vững thì cần phải có thời gian tu tập Công phu.

Các Ngài đã vì chúng con, vì đàn hậu học mà không quản Công lao khó nhọc quên ăn bỏ ngủ, dãi nắng dầm mưa ngày hai buổi đến trường những mong chúng con có nền tảng vững chắc, có nghị lực kiên cường. Các Ngài hun đúc trong chúng con ngọn lửa từ bi giải thoát. Các Ngài chia sẻ, truyền trao kinh nghiệm lẫn kiến thức mà các Ngài có cho chúng con.

Thật vậy, đạo hạnh và đức độ cao dày của quý Ngài thật đáng để hàng hậu học chúng con noi theo. Tấm gương đó đã tạo cho chúng con nhận thức về lý tưởng sống, có đạo lực vững chắc, sự nghiệp là trí tuệ và rốt ráo là thoát khỏi khổ đau đến quả vị giải thoát.

Hôm nay, chúng con không sao nói hết nỗi niềm tri ân và chú trọng đến thâm ân cao cả của chư tôn Đức Giáo Thọ. Chúng con chỉ biết thành tâm đê đầu bái tạ thâm ân của quý Ngài để gọi là đền đáp một phần nhỏ sự quan tâm lo lắng của quý Ngài cho chúng con. Chúng con nguyện suốt đời nương theo, cố gắng trau dồi trí tuệ và đạo hạnh để xứng đáng là trưởng tử của Như Lai, để không thẹn với hai chữ Thích Tử. Chúng con nguyện suốt đời thắp sáng đèn trí tuệ để quét sạch vô minh, phiền não đạt đến bờ giải thoát. Nguyện cùng nhau đoàn kết thể hiện nếp sống hòa hợp, phát huy khả năng phụng sự chánh pháp, dân tộc và chúng sinh. Nguyện quyết tâm xây dựng ngôi nhà Thọ mạng của Phật Pháp bằng giới định tuệ.

Kính dâng lên các Ngài tấm lòng của chúng con. Ngưỡng nguyện quý Ngài pháp thể khinh an, đạo lực miên trường, chúng sanh dị độ, hầu làm thạch trụ cho đạo Pháp, đuốc sáng cho trần gian, mãi là bóng cây bồ đề cao lớn vững chắc để che chở, dìu dắt hàng hậu học chúng con.

Nam Mô A Di Đà Phật!

(Thích Nữ Diệu Ánh)

27

Trong cuộc đời sinh ra, ai ai cũng đều có tổ có tông 'Uống nước nhớ nguồn." Cho nên, tất cả người con Phật dâng lên lòng hiếu kính đối với cha mẹ, Thầy Tổ qua việc làm, suy nghĩ, lời nói; trước mặt Thầy hay sau lưng Thầy đều một mực cung kính, hiếu thảo đến với Thầy.

Chúng con thật hạnh phúc, được cha mẹ cho thân này, vào chùa được Thầy Tổ cho chúng con một giới thân huệ mạng này. Con như được sanh lần thứ hai trong giáo Pháp Phật. Cho nên, Tổ Sư Quy Sơn dạy trong Quy Sơn Cảnh Sách: "Sanh ta ra là cha mẹ, mà thành tựu đạt được đó là nhờ Thầy và Bạn." Thật vậy! Thầy Tổ cho con động lực tinh tấn nỗ lực tu học. Con cảm thấy hạnh phúc vì được gần gũi Thầy, được Thầy chỉ dạy từng lời nói, việc thân giáo, khẩu giáo, ý giáo của Thầy Tổ. Cho nên nhà Phật có câu:

Ân giáo dưỡng một đời ân huệ mạng
Nghĩa ân sư muôn kiếp khó đáp đền.

Thật vậy! Từ khi con xuất gia thật hạnh phúc gần gũi được sự chỉ dạy của Thầy Tổ. Nhiều lúc con cảm thấy hạnh phúc vô biên được gặp Thầy Tổ, được chỉ dạy cho con từ lúc sơ tâm ban đầu tu tập cho đến ngày nay. Hôm nay, con được học trong môi trường Học viện Phật giáo Việt Nam, TP.HCM, được sự yêu thương của các vị giảng viên, các Ngài đã bỏ thời gian việc chùa, gác lại Phật sự ở chùa vì đàn con, vì đàn em tương lai vì Phật Pháp lan tỏa hoằng pháp về sau, mà đến Học viện truyền trao kiến thức cho chúng con.

Tăng Ni sinh chúng con dù đi học xa, Thầy Tổ thỉnh thoảng vẫn gọi điện hỏi thăm và sách tấn tinh tấn tu học. Khi được nghỉ học, về chùa con hay mua món quà ngon dâng kính Thầy với tâm thành kính. Đối với, các Thầy Cô giảng viên, chúng con luôn học tập tốt, làm bài vở đầy đủ, trước khi đến lớp, xem bài trước khi đi học, học bài cũ..

Ngày Nhà giáo 20/11 đó là ngày lễ cho các trường học ở thế gian, nhưng chúng con người xuất gia cũng dùng hình ảnh này làm ngày kỉ niệm để tri ân và đền ân các Ngài bỏ Công đến lớp giảng dạy chúng con. Chúng con thật hạnh phúc vô biên vì Ni sư Giáo Thọ T.N. Giới Hương từ xứ xa tận bên Hoa Kỳ đã về Học viện giảng dạy chúng con. Chúng con không chỉ nhận được kiến thức của Ni sư truyền đạt mà còn là sự tận tâm và trí sáng của Ni sư cho việc trải nghiệm Hoằng Pháp.

Qua hình ảnh tấm gương của Ni sư Giáo Thọ đã lan tỏa nói lên tận tâm trong trách nhiệm của vị Thầy, vị sư Giáo Thọ, tạo cho con có thêm niềm tin, một sức mạnh, một định hướng đúng đắn tiếp tục trên lộ trình giải thoát, và hoằng pháp lợi sanh hiện nay. Chúng con thấy rõ sự sâu sắc hiểu pháp, hành pháp để áp dụng cuộc sống hằng ngày an lạc hạnh phúc, trở thành người hữu ích cho bản thân, gia dình và xã hội.

Dẫu mai đi mọi phương trời
Những lời Thầy dạy trọn đời khắc ghi
Dẫu cho biển cạn non mòn
Mối tình pháp lữ sắc son trọn đời.

Thật vậy! Chúng con được học ngắn ngủi với Ni sư, những hình ảnh, những nụ cười, những kỷ niệm với Ni sư với nụ cười từ ái, giọng nói ngọt ngào, cách truyền đạt không chỉ kiến thức mà là bài pháp sống cho con sống trọn vẹn dễ hiểu hơn. Chúng con luôn khắc ghi tất cả Công ơn và xin nguyện tinh tấn hết mình, trau dồi giới hạnh. Bên cạnh đó, kính dâng lời tri ân sâu sắc đến với bậc Thầy mô phạm vì tương lai đàn hậu học quên đi nhọc nhằn để ươm mầm Phật Pháp.

(Thích Nữ Hạnh Quang)

28

Ngày 20/11 lại về, là ngày tri ân, bày tỏ lòng biết ơn đối với Thầy của con.

Ơn giáo dưỡng một đời nên huệ mạng
Nghĩa ân sư muôn kiếp khó đáp đền.

May mắn nhất trong đời con gặp được những người Thầy, người Cô đã hướng dẫn con tu tập như hôm nay. Con sinh ra và lớn lên nhờ Công ơn cha mẹ, Sư phụ cho con giới thân huệ mạng này. Ân đức ấy, con không thể nào quên được. Con nhớ lại ngày nào con mới vào chùa tập sự, Sư phụ đã dang tay đón tiếp và tế độ con vào cửa Phật, Sư phụ là người dạy cho con từng oai nghi, việc làm và cách bòn phước, kiệm phước,... cũng như mình muốn xây dựnh ngôi nhà thì phải xây nền móng cho vững chắc trước rồi mới làm nhà được. Đường tu hành cũng vậy, hoàn cảnh nhân duyên của mỗi người vào đạo khác nhau.

Với con, vào tu được một thời gian, con tự thầm hiểu chỉ có bản thân mới hiểu được chính mình nghĩ gì và muốn gì. Nhưng rồi, khi gặp nghịch duyên Thầy đã hướng dẫn cho con cách giải thoát khổ đau ấy. Thầy ơi! Lúc này con mới cảm nhận ra, khi còn bên Thầy là điều hạnh phúc, giờ xa Thầy con phải tự lực đứng lên, sau những phong ba bão tố đắng cay của cuộc đời. Phải nói rằng, giờ con mới nhận ra tình cảm Thầy dành cho con là điều vô giá, rất quý báu và con sẽ trân trọng tình cảm này.

Ân đức Thầy đối với con rất nhiều, làm sao con trả hết và con chỉ biết phát nguyện nỗ lực tu học để đền đáp phần nào đó Công ơn Người. Con có đôi lời cảm xúc, đây cũng là lần đầu tiên con viết về Thầy, thành kính tri ân Sư phụ, bậc Thầy khả kính, đã nuôi con bằng cơm thiền sữa pháp, để con đứng dậy vươn lên giữa cuộc đời mà không bị đời làm ô nhiễm. Con mong Thầy lúc nào cũng đầy đủ sức khỏe để dẫn dắt đàn hậu học của chúng con vượt lên những khổ đau, thử thách, gian nan của đời tu. Chính Thầy là người truyền lửa, tiếp sức cho chúng con ngày càng tinh tấn, phát tâm dũng mãnh trên chính con đường đầy chông gai này!

(Thích Nữ Chúc Hân)

29

Nhân ngày 20/11 là ngày Nhà giáo, tuy là lễ của người thế tục nhưng con mượn nghi lễ này để bày tỏ lòng biết ơn sâu sắc đến giáo Thọ Sư. Đôi khi có những tiết học, con còn lơ là không tập trung nghe giảng, có khi lại cúp tiết không đến lớp nghe giảng. Vì chút lỗi nhỏ đó, con cảm thấy có lỗi với quý Ngài Giáo Thọ Sư, quý Ngài đã không ngại đường xá xa xôi, Phật sự rất nhiều nhưng quý Ngài nhín thời gian để đến lớp trao truyền những kiến thức cho chúng con. Không biết dùng ngôn từ gì để mà diễn tả lòng biết ơn đến quý Ngài. Chúng con nhân ngày 20/11 chúc quý Ngài pháp thể khinh an, Phật sự viện thành, mãi là bóng cây che chở cho hàng hậu học. Chúng con xin hứa sẽ cố gắng học tập và phấn đấu từng ngày, lấy đó làm kim chỉ nam trên bước đường tu nhân học Phật để đáp lại ân giáo dưỡng mà quý Ngài đã chỉ dạy cho chúng con.

(Thích Nữ Uyển Chánh)

30

Nhân dịp Ngày Nhà giáo 20/11, chúng con hàng Tăng sinh, đệ tử, được nương nhờ ân đức dưới sự bảo bọc, che chở của Thầy Tổ, sự dẫn dắt dạy dỗ, truyền trao nguồn kiến thức của các vị giảng sư, giảng viên, nay nhân ngày này để tri ân, niệm ân lên chư vị.

Chúng con thành tâm nguyện cầu hồng ân mười phương chư Phật, chư Bồ Tát, gia hộ cho Thầy Tổ, chư vị Giảng Sư, Giảng viên được nhiều sức khỏe, thọ mạng miên trường, thân tâm thường lạc, chân cứng đá mềm, luôn là ngọn đèn sáng để dẫn dắt chúng con trên con đường tìm về bờ giác. Chúng con luôn ghi nhớ, tâm niệm sự truyền trao kiến thức của chư vị Giảng Sư, Giảng viên, để làm động lực, là sự sách tấn chúng con luôn tinh tấn trên con đường học đạo và hành đạo, luôn nguyện học hạnh của chư vị để tiếp tục Công cuộc hoằng truyền chánh pháp. Chúng con xin được khắc ghi ân đức này. Lời cuối cùng, chúng con cầu nguyện cho quý Ngài giáo thọ luôn an lành trong chánh pháp của chư Phật.

(Thích Nhuận Chánh)

31

Ngày 20/11 là ngày Nhà giáo Việt Nam của người thế tục, nhưng chúng con mượn ngày này để bày tỏ lòng tri ân đến giáo thọ sư. Quý Ngài không ngại đường xá xa xôi, Phật sự đa đoan đã nhín thời gian quý báu, để những Phật sự của chùa qua một bên, mà đến lớp truyền trao kiến thức chỉ dạy cho chúng con. Các Ngài đã chia sẻ những đường lối tu tập giúp cho chúng con đi đúng con đường chánh pháp trên cương vị là người đi trước (tiền bối). Không có một từ ngữ nào có thể diễn tả được lòng tri ân đến quý Ngài, Chúng con chỉ biết cố gắng tu tập và thực hành đúng với những lời quý Ngài đã chỉ dạy. Sau cùng, chúng con kính chúc quý Ngài thân khỏe, tâm an, Phật sự viên thành mãi là bóng cây đại thọ che chở cho đàn hậu học chúng con.

(Thích Quang Tích)

32

Con đã thấy cuộc đời Thầy giáo thọ
Rất đơn sơ tập giáo án gối đầu
Viên phấn trắng hương cuộc đời bay bổng
Mực chấm bài là máu đỏ trong tim.

Thật vậy, nghề Nhà giáo là một nghề cao cả, mang kiến thức đến cho mọi người, Thầy là người đưa đường dẫn lối chúng con đến bờ giác ngộ, để chúng con có thêm kiến thức Phật học, ngày đêm Thầy soạn bài, tận tình chỉ dạy mà vẫn âm thầm lặng lẽ, gửi gắm những niềm tin, Phật pháp vào sâu trong tâm khảm chúng con.

Cây có cội mới đơm bông kết trái
Nước có nguồn mới tỏa khắp rạch sông.

Sinh con ra và nuôi lớn là cha mẹ, nhưng Thầy là người dẫn lối cho chúng con đến với tương lai. Bằng những lời thương yêu và điều kiện ấy, chúng con không biết lấy gì đền đáp, chỉ biết cố gắng học hành và tu tập thật tốt để không phụ lòng Thầy. Mang những kiến thức ấy vào đời và áp dụng để giúp ích cho xã hội nhằm báo đáp Công ân Thầy dạy dỗ.

Ơn giáo dưỡng một đời nên huệ mạng
Nghĩa ân sư muôn kiếp khó đáp đền.
(Thích Nữ Liên Phúc)

33

Kính bạch chư Tôn Đức Giáo Thọ Sư,

Nhân Ngày Nhà giáo 20/11 đến, hình ảnh các Thầy Cô giáo thọ tận tụy mang ánh sáng Phật Pháp lan tỏa khắp thế gian. Quý Ngài miệt mài trên những trang giáo lý cho chúng con đi đúng con đường, nhiệt tâm, nhiệt huyết trên các lớp trong các buổi giảng đã khiến cho chúng con lấy làm xúc động và cảm phục vô cùng.

Chúng con là những búp măng non, là những đứa con cùng tư duy ở trong nhà Phật Pháp do có chút duyên lành nhưng để trụ vững thì cần phải có thời gian tôi luyện.

Các Ngài đã vì chúng con, vì đàn hậu học mà không quản Công lao khó nhọc quên ăn bỏ ngủ, dãi nắng dầm mưa ngày hai buổi đến trường những mong chúng con có nền tảng vững chắc, có nghị lực kiên cường. Các Ngài hun đúc trong chúng con ngọn lửa từ bi giải thoát. Các Ngài chia sẻ, truyền trao kinh nghiệm lẫn kiến thức mà các Ngài có cho chúng con.

Thật vậy, đạo hạnh và đức độ cao dày của quý Ngài thật đáng để hàng hậu học chúng con noi theo. Tấm gương đó đã tạo cho chúng con nhận thức về lý tưởng sống, có đạo lực vững chắc, sự nghiệp là trí tuệ và rốt ráo là thoát khỏi khổ đau đến quả vị giải thoát.

Hôm nay nhân lễ Ngày Nhà giáo Việt Nam 20/11, chúng con

không sao nói hết nỗi niềm tri ân và chú trọng đến thâm ân cao cả của chư tôn Đức Giáo Thọ. Chúng con chỉ biết thành tâm đê đầu bái tạ thâm ân của quý Ngài, để gọi là đền đáp một phần nhỏ nhoi về sự quan tâm lo lắng của quý Ngài cho chúng con. Chúng con nguyện suốt đời nương theo, cố gắng trau dồi trí tuệ và đạo hạnh để xứng đáng là trưởng tử của Như Lai, để không thẹn với hai chữ Thích Tử. Chúng con nguyện suốt đời thắp sáng đèn trí tuệ để quét sạch vô minh, phiền não đạt đến bờ giải thoát. Nguyện cùng nhau đoàn kết thể hiện nếp sống hòa hợp, phát huy khả năng phụng sự chánh pháp, dân tộc và chúng sinh. Nguyện quyết tâm xây dựng ngôi nhà thọ mạng của Phật Pháp bằng giới định tuệ.

Kính dâng lên các Ngài tấm lòng của chúng con. Ngưỡng nguyện quý Ngài pháp thể khinh an, đạo lực miên trường, chúng sanh dị độ hầu làm thạch trụ cho đạo Pháp, đuốc sáng cho trần gian, mãi là bóng cây bồ đề cao lớn vững chắc để che chở, dìu dắt hàng hậu học chúng con.

Nam Mô A Di Đà Phật!

(Thích Nữ Diệu Ánh)

34

Để bày tỏ lòng biết ơn và gửi lời chúc tới các giáo viên, giảng sư và Thầy Tổ trong dịp lễ Nhà giáo 20/11, con xin được bày tỏ một chút như sau:

"Thầy Cô là ngọn đèn sáng trong cuộc đời chúng con. Chúc Thầy Cô được tràn đầy sức khỏe, niềm vui và thành Công trong Công việc giảng dạy. Xin cảm ơn Thầy Cô vì những kiến thức, sự hướng dẫn và tình yêu mà Cô, Thầy đã truyền trao cho chúng con. Thầy Cô đã dành thời gian, tri thức và sự quan tâm để dạy dỗ chúng con. Chúng con gửi lời cảm ơn chân thành và xin chúc Thầy Cô luôn bình an, hạnh phúc và thành Công trong sứ mệnh cao quý của mình. Cũng nhân dịp này chúng con xin chúc Thầy, Cô có một ngày tràn đầy niềm vui và hạnh phúc.

Là những người đồng hành, Thầy Cô đã góp phần không nhỏ trong việc xây dựng tương lai của chúng con. Chúng con xin bày tỏ lòng biết ơn sâu sắc và sự kính trọng, gửi lời chúc tốt đẹp nhất đến với quý Thầy, Cô trong dịp này. Thầy Cô là những người yêu thương và tận tâm với chúng con nhất, là người truyền cảm hứng và khích lệ chúng con trong chặng đường thu thập kiến thức. Chúng con sẽ luôn ghi nhớ và trân trọng giá trị mà Thầy Cô đã truyền dạy. Trong ngày đặc biệt này, chúng con xin gửi lời chúc tới Thầy Cô với lòng biết ơn chân thành. Thầy Cô là người truyền đạt tri thức và truyền cảm hứng cho chúng con. Chúng con xin chúc Thầy Cô luôn giữ vững niềm đam mê, sự kiên nhẫn và niềm tin trong việc giảng dạy.

Nhân dịp này, con cũng muốn bày tỏ lòng tri ân đến Sư phụ, Thầy của con ở chùa.

Bản thân con xuất gia từ khi mới 14 tuổi. Với cái tuổi này thì nhiều lúc suy nghĩ vẫn chưa được chín chắn. Con được sanh ra và lớn lên ở một vùng quê nghèo khó. Sư phụ thì hay đi ra quê từ thiện, nhìn thấy màu áo của Sư phụ, thật sự tâm trí con rất thích và cứ đòi mẹ cho vô chùa Sư phụ ở, chứ thật ra lúc đó con chưa biết hay hiểu gì về việc đi tu cả.

Khi con được Sư phụ dẫn vào Chùa thì thấy ai cũng cạo tóc hết, có những tiểu thì còn chỏm tóc rất dễ thương, sau khi ở hai tháng thì được phụ thế phát xuất gia cho con, lúc đó con vẫn còn ngơ ngác chưa hiểu gì cả. Khi cạo tóc xong, đến trường học cùng bạn bè trang lứa thì bị các bạn chọc. Vài ngày sau con không chịu đi học, lúc ấy Sư phụ đã đến khuyên bảo rất nhiều và đích thân Người dẫn con đến lớp. Sau một thời gian được sống trong vòng tay yêu thương của các huynh đệ và sự đùm bọc, dạy dỗ của Sư phụ thì bản thân con dần dần ngộ ra được giáo lý về Phật Pháp và hiểu được giá trị, lý tưởng của sự xuất gia. Lúc nào, Người cũng khuyên con luôn cố gắng học hành và tu tập, Sư phụ sẵn sàng gánh vác hết mọi Công việc để huynh đệ chúng con được đi học. Người lúc nào cũng dành điều tốt đẹp cho đệ tử của mình.

Nhân lễ Ngày Nhà giáo 20/11 sắp đến, con xin dành những lời tri ân, những lời chúc, lời vấn an sức khỏe đến Người. Không chỉ riêng ngày này, mới làm những điều này với Người mà mỗi ngày con dù đang đi đâu hay làm gì, con cũng luôn cầu chúc những điều tốt đẹp nhất đến với Người. Giờ thì đã đi học, nhưng mỗi tối tôi vẫn không quên nhắn tin: “Con kính chúc Sư phụ có một giấc ngủ thật ngon.” Sư phụ sẽ thường xuyên xem và thả tim tin nhắn ấy nhưng cũng có khi Người bận quá nhiều việc nên không thể xem lời chúc cuối ngày của con. Nhưng con không lấy làm buồn, lúc nào cũng mong Sư phụ có thật nhiều sức khỏe, cầu mong mỗi tối Người sẽ có giấc ngủ thật ngon để ngày hôm sau thật tràn đầy sức sống, bắt đầu cho mọi Công việc ngày mới thật hiệu quả.

(Thích Nữ Thọ Liên)

35

Kính bạch trên Thầy, hôm nay là Ngày Nhà giáo 20/11, Tăng Ni sinh chúng con câu hội về đây để tri ân Thầy.

Chúng con thường nghe rằng: “Ân giáo dưỡng một đời nên huệ mang. Nghĩa ân sư muôn kiếp khó đáp đền.”

Thật vậy, chúng con không thể nói hết được những ân đức, những lời chỉ dạy mà Thầy đã sách tấn chúng con đem những giáo pháp của Đức Phật truyền trao cho hàng đệ tử chúng con. Nhân dịp này chúng con gửi lời tri ân đến Thầy. Người luôn là bóng cây đại thọ để nâng đỡ về mặt kiến thức cũng như cách làm người để cùng sống trong Tăng đoàn. Đệ tử chúng con hôm nay kính chúc Thầy thêm một tuổi thọ trọn niềm vui, thân khỏe, tâm an, Phật sự viên thành.

Nam mô Hoan Hỉ Tạng Bồ Tát ma-ha-tát

(Thích Nữ Vạn Nhiên)

36

Kính bạch Sư phụ!

Ngày Hiến Chương Nhà giáo Việt Nam là ngày mà trong lòng những người học trò nhớ đến Thầy Cô của mình. Những người đã có Công dạy dỗ và truyền trao những kiến thức và kinh nghiệm cho lớp thế hệ sau.

Con không sao quên được ngày này. Sư phụ là người dẫn dắt chúng con trên bước đường tu học, cả về kiến thức xã hội và kiến thức Phật giáo. Giây phút hiện tại này, sự sống có mặt và chúng con hiện diện là nhờ vào Công ơn to lớn của Sư phụ. Làm sao chúng con có thể đền đáp nổi ân đức ấy như câu thơ đã ngợi ca:

Ân giáo dưỡng một đời nên huệ mạng

Nghĩa ân sư muôn kiếp khó đáp đền.

Nhân ngày Nhà giáo Việt Nam, con kính nguyện hồng ân Tam Bảo gia hộ trên Sư phụ luôn luôn vui khỏe, an lạc và trí tuệ mãi sáng ngời. Sư phụ mãi là hậu phương vững chắc nhất cho chúng con trên con đường tu nhân học Phật ở phía trước.

Nam Mô Hoan Hỷ Tạng Bồ Tát Ma Ha Tát.

(Thích Nữ Quảng Thông)

37

Nhân ngày 20/11, con xin tri ân đến Sư phụ của mình.

Nam mô Bổn Sư Thích Ca Mâu Ni Phật!

Kính bạch Sư phụ,

Nhân ngày 20/11, chúng con có cơ hội để nhìn lại và suy ngẫm về những ân nghĩa của người Thầy đã từng dạy dỗ mình. Sư phụ là người Thầy, người Cha đã gieo vào mảnh đất tâm chúng con những hạt giống thiện lành để chúng con cùng bước đi đến con đường đạo Pháp.

Kính bạch Sư phụ, trong suốt thời gian qua con rất hạnh phúc khi được Sư phụ tận tâm chỉ dạy, khuyên răn. Ân tình này không thể diễn đạt bằng ngôn từ càng không thể đáp đền cho hết. Chúng con chỉ có thể một lòng thành kính tri ân người và tự hứa sẽ cố gắng tu tập, sống đạo hiếu, làm người tốt có ích cho đời và đạo. Con thành kính chúc Sư phụ thân khỏe tâm an, đạo thọ miên trường, huệ đăng thường chiếu là cội Bồ Đề che chở cho con trên con đường tu học.

Con xin cúi đầu trọn lòng tri ân Sư phụ.

Nam mô A Di Đà Phật!

(Thích Nữ Thọ Thánh)

38

Ngày Nhà giáo 20/11 là ngày mang ơn người Thầy khơi nguồn trí tuệ, ngày tôn vinh những Thầy Cô đã dạy dỗ truyền trao khối kiến thức đến cho những người đi sau mình.

Với tâm thái là một người học trò, người đi sau cần học hỏi sẽ quan tâm đến ơn nghĩa của mình đối với người Thầy trong đó là các vị giảng viên, giảng sư và Thầy Tổ.

Với lòng biết ơn, tri ân và báo ơn sâu sắc của người học trò đối với các vị là Thầy của mình, cần hiểu được là ai đã cho ta trí tuệ, biết được điều hay lẽ phải.

Để tỏ lòng tri ơn những người lái đò thầm lặng đưa khách qua sông mà không quản ngại thời gian, Công sức để đưa các thế hệ trẻ vươn cao hơn tới những mục tiêu mà mình đã chọn. Lời chúc thì rất nhiều nhưng mỗi câu mỗi chữ đều thấm tình nghĩa Thầy trò. Trước tiên, con xin kính chúc quý giảng viên, giảng sư có sức khỏe dồi dào, thân tâm an lạc để lèo lái dẫn dắt chúng con trên lộ trình tu nhơn, học Phật, thứ đến kính chúc quý Giáo thọ luôn an lạc, Phật sự viên thành, luôn đồng hành và truyền trao kiến thức để tưới tắm những mầm xanh non nớt đang còn ngây dại, giúp chúng con hiểu biết nhiều hơn những điều hay lẽ phải, tránh xa những điều bất thiện.

Kính chúc Sư trưởng T.N. Giới Hương có nhiều thắng duyên, đạt được sở nguyện và luôn thành Công trong Công việc. Luôn là bóng cây đại thọ che chở cho chúng con, dạy những điều có ích đến tha nhân, luôn hướng dẫn và rải tâm từ để chúng con được tắm mát từ dòng suối pháp và đạt được thành tựu viên mãn.

Nam mô Bổn sư Thích ca Mâu Ni Phật.

(Thích Vạn An)

39

Mỗi năm vào ngày 20/11, cả nước Việt Nam đều hân hoan và tôn vinh những Công ơn, cống hiến của người Thầy Cô giáo, bởi người Thầy là hình ảnh biểu tượng cho sự chuẩn mực đạo đức và có sứ mệnh cao quý là truyền đạt tri thức cho các thế hệ học trò. Nhân dịp ngày 20/11, đệ tử chúng con Tăng Ni sinh khoa Hoằng Pháp khóa 16, chúng con xin được bày tỏ lòng thành kính tri ân sâu sắc đến quý Thầy Cô giảng viên khả kính của chúng con. Đây là một trong Tứ Trọng Ân mà chúng con luôn được chỉ dạy và ghi nhớ.

Có câu nói rằng: "Vẫn biết rằng dù có nói trăm lời tri ân cũng không thể kể hết những gian lao vất vả và tình thương vô bờ bến của Thầy Cô dành cho chúng con. Tình nghĩa ấy, chúng con thêm một lần mang nặng và tạc dạ tri ân."

Chúng con nguyện rằng cố gắng học tập trao dồi kiến thức để không phụ lòng mong mỏi của Quý Thầy Cô. Luôn tinh tấn trong tu tập.

Hôm nay nhân ngày 20/11, chúng con kính chúc quý Thầy Cô pháp thể khinh an, tuệ đăng thường chiếu và mãi là cây bồ đề che chở cho chúng con trên con đường tu học tìm cầu giải thoát. Kính chúc quý Thầy Cô giảng viên thật nhiều sức khỏe và luôn an lành trong hào quang của chư Phật.

(Thích Nữ Trí Minh)

40

Nhân dịp lễ Ngày Nhà giáo 20/11, chúng con xin nguyện cầu hồng ân Tam Bảo cho Thầy (Giảng viên/ giảng sư/Thầy Tổ) được thân khỏe tâm an, gặp nhiều thắng duyên trên con đường hoằng pháp độ sanh, tiếp Tăng độ chúng cũng như mọi hạnh nguyện của Thầy được thành tựu viên mãn.

Kính bạch trên Thầy,

Nếu như ở đời cha mẹ là người sinh ra và nuôi dưỡng chúng con thì trong chốn thiền môn Thầy là người đưa chúng con vào đạo, truyền thừa cho chúng con những tinh hoa giáo lý để chúng con tu học trong ánh sáng chánh pháp của Đức Thế Tôn. Từ đó, chúng con chuyển hóa tự thân, vượt thoát nỗi đau phiền não, đạt được an vui trong đời sống xuất gia.

Kính bạch trên Thầy,

Chúng con không chỉ được học từ khẩu giáo của Thầy mà còn được học từ Thầy cả thân giáo và ý giáo. Do đó, vì lòng bi mẫn, hàng hậu học chúng con kính nguyện Thầy dành thêm chút thời gian quý báu để chúng con nhân duyên được thân cận để học thêm được nhiều lợi ích. Nhờ đó mà chúng con nhanh chóng tiến tu đạo nghiệp.

Nam mô Hoan Hỷ Tạng Bồ Tát Ma Ha Tát.

(Thích Vạn Bảo)

41

Nhân ngày Nhà giáo Việt Nam 20/11 chúng con xin gửi lời chúc an lành nhất đối với các quý giảng viên. Nhân ngày này, ngày mà ở ngoài thế gian đều tôn vinh những bậc Thầy khả kính, còn ở trong đạo, chúng con cũng lấy ngày này để nói lên lòng tri ân của những người học trò dâng lên bậc Thầy hướng đạo.

Chúng con xin kính chúc quý giảng viên, quý giáo thọ sư được đầy đủ sức khỏe, thân an, tâm lạc, Phật sự hanh thông, luôn chân cứng đá mềm, là bàn tay rắn rỏi che mát chúng con trên con đường chân lý.

Hàng hậu học chúng con cũng xin nguyện cầu trên mười phương chư Phật, chư Đại Bồ Tát luôn gia trì cho Thầy Tổ chúng con tứ đại được điều hòa, thân tâm hỷ lạc, Phật sự viên thành. Luôn là bàn tay nối dài để che chở, bao bọc, yêu thương, sách tấn… Chúng con trên con đường giác ngộ giải thoát.

(Thích Nữ Diệu Hòa)

42

Trong dịp Ngày Nhà giáo 20/11, khi trái tim đầy tràn tình yêu thương và lòng biết ơn, con xin gửi lời chúc tới Sư phụ yêu quý của con.

Sư phụ thân mến, trong suốt hành trình tu học và truyền đạt tri thức, Sư phụ đã trở thành người dẫn đường, người truyền cảm hứng vô cùng quan trọng trong cuộc sống của con. Sư phụ đã dạy dỗ chia sẽ những bài học về lòng từ bi và thấu hiểu.

Con biết ơn sự tận tụy và lòng nhiệt huyết của Sư phụ, như trang sách mở ra trước mắt con và những lời khuyên sâu sắc đã đi vào trong tâm hồn con. Sư phụ không chỉ là người truyền đạt kiến thức mà còn là người Thầy thực sự, người thấu hiểu và người đồng hành trên con đường tu tập của con.

Trong dịp Ngày Nhà giáo này, con xin bày tỏ lòng biết ơn và tôn kính sâu sắc đến Sư phụ. Sư phụ là ngọn đuốc sáng, chiếu rọi con đường tăm tối của con, là người đã giúp con khám phá bản thân, trở thành một con người tốt hơn.

Con xin chúc Sư phụ luôn được an lành và hạnh phúc trong cuộc sống. Mong rằng Sư phụ luôn tràn đầy sức khỏe, tâm hồn bình an và niềm vui mãi mãi. Con cũng hy vọng rằng Sư phụ sẽ tiếp tục truyền đạt tri thức và tình yêu thương cho những học trò tương lai, giúp đỡ và dẫn lối cho những người đi trên con đường tu học.

Xin kính chúc mừng Ngày Nhà giáo, chân thành cảm ơn và tri ân đến Sư phụ thân yêu!

(Thích Tịnh Pháp)

43

Kính bạch Chư Tôn Đức Giáo Thọ!

Hôm nay Ngày Nhà giáo 20/11,

Trong giờ phút thiêng liêng này, chúng con không sao nói lên hết nỗi niềm tri ân và chú trọng đến thâm ân cao cả của Chư Tôn đức. Chúng con chỉ biết thành tâm đê đầu bái tạ thâm ân của quý Ngài để gọi là đền đáp một phần nhỏ nào sự quan tâm lo lắng của quý Ngài cho chúng con. Chúng con nguyện suốt đời nương theo, cố gắng trau dồi trí tuệ và đạo hạnh để xứng đáng là trưởng tử của Như Lai, để không hổ thẹn với hai chữ Thích tử, chúng con nguyện:

Suốt đời thắp sáng đèn trí tuệ để quét sạch vô minh phiền não đạt đến bờ giải thoát.

Nguyện cùng nhau đoàn kết, thể hiện nếp sống lục hòa. Phát huy khả năng để phụng sự chánh pháp, dân tộc và chúng sanh.

Quyết tâm xây dựng ngôi nhà thọ mạng của Phật pháp bằng

Giới, Định, Huệ.

Thành kính dâng lên quý Ngài những đóa hoa tươi thắm thay cho tấm lòng thành kính, chúng con xin kính dâng lên mừng lễ khánh tuế của quý Ngài. Kính ngưỡng nguyện, quý Ngài pháp thể khương an, đạo lực miên trường, chúng sanh dị độ hầu làm thạch trụ cho đạo pháp, đuốc sáng cho trần gian, mãi là bóng cây bồ đề cao cả vững chắc để che chở và dìu dắt cho hàng hậu học chúng con.

Ngưỡng mong trên chư tôn đức từ bi hoan hỷ chứng minh.

Nam mô Hoan Hỷ Tạng Bồ tát Ma ha tát.

(Thích Bổn Tâm)

44

Ngày Nhà giáo 20/11, con muốn gửi lời cảm ơn là Sư phụ con, người đã dẫn con vào đạo. Con từ một người còn đang hoang mang loay hoay với bộn bề khó khăn của cuộc sống, đang trong vòng lẩn quẩn rối rắm thì con được gặp Thầy.

Thầy hướng con đi chùa, quy y Tam Bảo và xuất gia.

Con xin cảm ơn Thầy với sự biết ơn sâu sắc. Con kính chúc Thầy luôn khỏe mạnh sống lâu trăm tuổi để chờ ngày con về.

Người thứ ba đó là ban Quản viên Học viện Phật giáo Việt Nam. Ở đây các quý sư đã tạo điều kiện cho con tu học mà không cần phải lo toan những hối hả bộn bề bên ngoài.

Quý sư đã chăm lo từ miếng ăn giấc ngủ, ở đây con cảm nhận được như là Cha Mẹ thứ hai. Chúng con xin tri ân ban Quản viên đã không ngại thời gian, sức lực, tuổi trẻ để lo cho chúng con.

Một lần nữa con xin tri ân đến Cha, Mẹ, Thầy Tổ, Quý Sư ban Quản viên lời chúc sức khỏe, thân tâm an lạc trong cuộc sống.

(Thích Nữ Diệu Tâm)

45

Nhân ngày Nhà giáo Việt Nam 20/11 chúng con xin gửi lời chúc an lành nhất đối với các quý giảng viên. Nhân ngày này, ngày mà ở ngoài thế gian đều tôn vinh những bậc Thầy khả kính. Còn ở trong đạo, chúng con cũng lấy ngày này để nói lên lòng tri ân của những người học trò dâng lên bậc Thầy hướng đạo. Chúng con xin kính chúc quý giảng viên, quý giáo thọ sư được đầy đủ sức khỏe, thân an, tâm lạc, Phật sự hanh thông, luôn chân cứng đá mềm, là bàn tay rắn rỏi che mát chúng con trên con đường chân lý.

Ngày lễ Vu Lan, ngày mà những người con Phật luôn hướng về hai đấng sanh thành để nhớ ơn và báo ơn. Cũng nhân ngày lễ Nhà giáo, hàng xuất gia cũng thành tâm hướng về bậc ân Sư, Thầy Tổ của mình để dâng lên niềm tri ân sâu sắc. Nhân ngày lễ này, hàng hậu học chúng con xin nguyện cầu trên mười phương chư Phật, chư Đại Bồ Tát luôn gia trì cho Thầy Tổ chúng con tứ đại được điều hòa, thân tâm hỷ lạc, Phật sự viên thành. Luôn là bàn tay nối dài để che chở, bảo bọc, yêu thương, sách tấn… chúng con trên con đường giác ngộ giải thoát.

(Thích Nữ Diệu Hòa)

46

Kính bạch Sư phụ.

Ân giáo dưỡng một đời nên huệ mạng
Nghĩa ân sư muôn kiếp khó đáp đền.

Sư phụ là người đã tác thành cho hàng đệ tử xuất gia chúng con trở thành người xuất gia đúng nghĩa. Người đã trao truyền và nuôi dưỡng giới thân huệ mạng trong chúng con, mở ra cho chúng con những chân trời mới bao la. Người là ngọn nến âm thầm lặng lẽ, tự đặt mình soi rõ bước con đi.

Kinh có nói người sinh con ra là cha mẹ, dạy dỗ con nên người là Thầy, dạy cho con trưởng thành là bao người trong cuộc sống, chỉ lối cho con về với chân tâm là Phật, giúp con trở thành đạt sĩ giữa cuộc đời là chúng sanh muôn loại.

Hôm nay, nhân ngày Nhà giáo, chúng con muốn nói lên những lời chân thành nhất cám ơn những bậc nhân vĩ đại nhất, mà bấy lâu vẫn chôn giấu. Tự trong đáy lòng suốt bao năm qua vẫn chưa một lần nói.

Kính lạy Người, chúng con càng trưởng thành, va chạm với cuộc sống, mới càng hiểu những hi sinh cao cả, tâm hồn vị tha của người mà đời này chúng con có đủ phước duyên quy ngưỡng.

Văn chương vẫn thường ví von: Người Thầy lặng lẽ đi về dưới mưa, giọt mồ hôi vẫn mãi trôi hoài theo năm tháng. Sư phụ vẫn mãi là con thuyền nhẫn nại, chòng chành đưa bao thế hệ từ bờ vô minh đến bờ giác. Không một lời ai oán than trách, không một niềm hi vọng báo đáp, chỉ lo cho đệ tử mình sa ngã, chỉ biết nguyện cầu cho những đứa con được trưởng thành khôn lớn. Từng thế hệ, từng thế hệ như thế.

Chúng con xin nguyện Tam Bảo gia hộ để Người cửu trụ ta bà, làm bóng cây đại thụ che mát và còn dìu dắt chúng con trên muôn vạn dặm đường tu học và phụng sự cuộc đời.

Nam mô Đại Hiếu Mục Kiền Bồ Tát.

(Thích Phước Tịnh)

47

Nhân ngày Nhà giáo Việt Nam 20/11, đối với con là một Ni sinh con sẽ viết lời chúc để bày tỏ lòng biết ơn với các giảng viên/ giảng sư/ Thầy Tổ như sau:

Kính bạch trên Giáo Thọ Sư.

Kính bạch trên Thầy.

Con, pháp danh Thích Nữ Như Ngọc. Cao cả thay sự hy sinh thầm lặng của bậc Thầy khả kính.

Ơn giáo dưỡng một đời nên huệ mạng

Nghĩa ân sư muôn kiếp khó đáp đền.

Hôm nay con được thành nhân chi mỹ tất cả đều là nhờ vào Công sức của Thầy Giáo Thọ truyền trao cho. Thầy đã làm tất cả các Công việc từ lớn tới nhỏ để cho con có thời gian tu học đàng hoàng, mới nên người chi mỹ như hôm nay con vô cùng biết ơn Thầy. Người Thầy khả kính của con và quý Giáo Thọ Sư không quản ngại gian lao, sức khỏe và tuổi tác, đường xá xa xôi từng ngày lặng lẽ đến trường đều đặn, dạy cho đệ tử những kiến thức từ lý thuyết đến thực tế của cuộc sống, từ chưa biết gì thành người thông thạo các giáo lý của Như Lai, từ một con người bình thường thành người tốt đẹp trong tâm hồn. Vậy mà có những lúc vì chúng con còn ham chơi nên làm Thầy buồn, Giáo Thọ không vui. Có câu: " Cha Mẹ sanh ta ra nuôi ta lớn. Thầy Tổ độ cho ta nên giới thân huệ mạng. Giáo Thọ Sư truyền trao kiến thức thâm sâu, ta mới được nên người toàn vẹn như hôm nay."

Ngày Nhà giáo 20/11 cũng để cho chúng con có cơ hội nói lên nỗi lòng tôn kính đối với Thầy, Giáo Thọ Sư, những người quan trọng nhất của cuộc đời con. Con xin được thành kính tri ân đến quý Ngài đã đãi lao cho cuộc đời này mà chấp nhận hy sinh, dấn thân vào gian khó để đem lại lợi lạc, niềm vui cho hàng hậu học như chúng con.

Đây là ngày của tất cả tấm lòng của người con, người trò tri ân báo hiếu. Nếu không có Cha, Mẹ là không có thân ta, nếu không có Thầy Tổ là không có thân tướng của người cao quý, nếu không có Giáo Thọ truyền trao cho kiến thức thì ta không nên người hữu dụng. Với niềm kính, thương Tôn quý, con xin chúc Cha, Mẹ, hai đấng Thầy tại thế, bậc Tổ Sư là vị Thầy xuất thế, Giáo Thọ Sư là bậc Thầy của trí tuệ. Con xin chúc tất cả quý

Ngài thân khỏe, tâm an, thọ mạng miên tường, tuệ đăng thường chiếu, mãi mãi là bóng cây đại thọ để che chở cho đàn hậu học như chúng con. Kính nguyện hồng ân Tam Bảo luôn gia hộ cho quý Ngài vô lượng cát tường.

" Bồ Đề vun gốc xanh tươi mãi,
Bát Nhã hoa khai tỏa ánh hồng."

(Thích Nữ Như Ngọc)

48

Tăng Ni sinh khoa Anh Văn Phật Pháp kính dâng bánh kem Hoa Hồng lên Ni sư T.N. Giới Hương ngày 20/11/2017

Nam mô Bổn Sư Thích Ca Mâu Ni Phật.

Kính bạch trên Ni sư Giáo Thọ T.N. Giới Hương,

Chúng con kính nghe rằng:

Thật đúng như vậy. Ơn dạy dỗ, giáo dưỡng của Ni sư T.N. Giới Hương dù chỉ một buổi, hai buổi, ba buổi hay nhiều hơn thế nữa thì Công ơn dạy dỗ ấy không bút mực nào có thể diễn tả hết và muôn kiếp cũng khó đáp đền sao cho hết được. Dù Ni sư dạy chỉ một chữ hay hai chữ thôi thì con vẫn luôn nhớ ơn, bởi: "Nhất tự vi sư, bán tự vi sư."- "Một chữ là Thầy, nửa chữ cũng là Thầy."

Ni sư là người chỉ đường dẫn lối cho chúng con, là người truyền trao kiến thức và giúp chúng con trở thành những người có ích cho đạo, cho đời. Suốt những buổi học qua, Ni sư đã thắp sáng lên ngọn lửa nhiệt huyết cho Tăng Ni sinh chúng con qua bộ môn thực tập diễn giảng. Một môn học đã giúp chúng con trở nên tự tin hơn và trở thành một nhà hoằng pháp, một nhà thuyết giảng trong tương lai. Công ơn ấy của Ni sư lớn lao vô kể, chúng con khó có thể đáp đền cho vừa. Chúng con nguyện sẽ tu học và phụng sự với tất cả chí nguyện của mình và mang theo những lời dạy của Ni sư làm hành trang trên bước đường phụng sự.

Nhân ngày Nhà giáo Việt Nam, chúng con xin mượn pháp thế gian lấy ngày này tri ân tấm lòng của chúng con đến với Ni sư. Chúng con thành kính tri ân Ni sư- Bậc Thầy khả kính của chúng con. Những kỹ sư tâm hồn trọn đời hy sinh vì sự nghiệp "Trồng người- Đào tạo sứ giả Như Lai" cao quý. Chúng con kính nguyện Tam Bảo gia hộ cho Ni sư sức khỏe dồi dào, thân tâm an lạc, tứ đại điều hòa để tiếp tục dẫn dắt các thế hệ học trò Tăng Ni sinh chúng con. Chúng con thành tâm kính chúc Ni sư phúc thọ an khang, vô lượng kiết tường, mãi là người lái đò thầm lặng, là người dẫn đường chỉ lối cho chúng con trên lộ trình tìm cầu chân lý. Cuối cùng, chúng con luôn tâm niệm:

"Thời gian dẫu bạc mái đầu
Tình trò vẫn tạc ân sâu của Thầy."

Nam mô Hoan Hỷ Tạng Bồ Tát Ma Ha Tát!

(Thích Nữ Huệ Tâm)

Ni sư T.N. Giới Hương và các Tăng Ni sinh
Lớp Anh Văn Phật Pháp 20/11/2017

Chương 6

Các Bài Văn Để Đọc Trong Ngày Nhà giáo 20/11

1. Uống Nước Nhớ Nguồn
2. Những người lái đò thầm lặng
3. Gọi tiếng Thầy với tất cả tin yêu
4. Nghề Nhà giáo và viên phấn
5. Những lời cảm ơn có ý nghĩa của học trò
6. Lời tri ân, cảm ơn Thầy Cô giáo của phụ huynh
7. Lời cảm ơn, tri ân Thầy Cô giáo đã nghỉ hưu
8. Lời tri ân, cảm ơn Thầy Cô (tiếng Anh)

Từ trái: Các giảng viên khoa Anh Văn Phật Pháp Ns Giới Hương, Sư Cô Huệ Hòa, Sư Cô Tâm Thảo, Hòa thượng Tâm Đức (Trưởng khoa Anh Văn Phật pháp), Đại đức Minh Thắng, Thầy Trí Thanh và Cô Trúc Duyên

1
Uống Nước Nhớ Nguồn

Kính thưa các quý vị đại biểu!

Kính thưa các Thầy giáo, Cô giáo!

Thưa toàn thể các bạn học sinh thân mến!

Nhân kỷ niệm ngày Nhà giáo Việt Nam 20/11/, em rất vinh dự được thay mặt các bạn học sinh trường …………………….. phát biểu trong ngày hội trọng đại này. Trước tiên em xin kính chúc quý vị đại biểu mạnh khỏe, kính chúc các Thầy Cô giáo Công tác tốt, có nhiều thành Công trong sự nghiệp trồng người.

Kính thưa các Thầy giáo, Cô giáo!

"Uống nước nhớ nguồn
Ăn quả nhớ người trồng cây."

Từ thuở ấu thơ cắp sách đến trường, chúng em đã được Thầy Cô dạy dỗ những điều đó, những bài học đạo đức đầu tiên để giúp chúng em nên người.

Mỗi bạn học sinh sẽ chọn cho mình bài phát biểu hay nhất ngày 20/11 để gửi đến quý Thầy Cô.

Là người Việt Nam chúng em không thể nào quên truyền thống Tôn sư trọng đạo mà ông cha đã truyền dạy từ bao đời nay. Không Thầy đố mày làm nên... Chính Thầy Cô đã chắp cánh cho những ước mơ của chúng em bay cao, cung cấp hành trang kiến thức cho chúng em vững bước vào đời và giúp chúng em thành Công trên con đường học vấn.

Ngày Nhà giáo Việt Nam 20/11, ngày lễ và cũng là ngày vui của các Thầy Cô giáo. Đồng thời cũng là ngày để chúng em bày tỏ lòng biết ơn vô hạn đến những người đã có Công dạy dỗ chúng em trong những năm qua.

Kính thưa các Thầy Cô giáo! Chúng em được mẹ cha sinh ra, nuôi dưỡng lớn khôn, nên người. Rồi đến tuổi đi học, chúng em được đến trường. Thầy Cô giáo đã trở thành người cha, người mẹ thứ hai của chúng em.

Thầy Cô vừa là những người bạn lớn tuổi vừa là những người cha, người mẹ luôn hướng về phía những đứa trò nhỏ với cái nhìn ấm áp và trìu mến, yêu thương. Thầy Cô đã trang bị cho chúng em hành trang tri thức để tự tin bước vào đời, hăng say đối đầu với những cơn sóng gió.

Chính Thầy Cô đã hướng cho chúng em về một ngày mai lập nghiệp, bước từng bước vững chãi trên đường đời. Chúng em biết khóc, biết cười trước những mảnh đời; biết đứng lên sau mỗi lần vấp ngã; ... biết yêu gia đình và yêu quê hương.

Thầy Cô còn dạy chúng em biết quý thời gian, trọng chữ tín,

biết giữ lòng trong sạch… để ngẩng cao đầu với bạn bè. Chúng em biết… rồi đây…Cuộc đời Thầy Cô sẽ tiếp tục đưa bao người qua dòng sông tri thức.

Rồi thời gian sẽ trôi qua, năm tháng sẽ làm nhạt nhòa tất cả, nhưng có điều chắc chắn là tất cả chúng em sẽ không bao giờ quên những ngày tháng được học ở mái trường này, chúng em sẽ không bao giờ quên Công ơn của các Thầy giáo, Cô giáo.

Chúng em chỉ là những học trò nhỏ không biết làm những việc lớn lao gì để đáp lại Công ơn to lớn đó. Chúng em xin hứa vâng lời Thầy Cô, cố gắng học tập thật tốt, phấn đấu đạt nhiều điểm 10, làm nhiều điều hay, việc tốt,… để dâng tặng Thầy Cô thể hiện lòng biết ơn Công lao dạy dỗ của các Thầy Cô đối với chúng em.

Cuối cùng, nhân ngày 20/11, em xin thay mặt cho toàn thể các bạn học sinh của trường ……………………, kính chúc các quý vị đại biểu, các Thầy giáo, Cô giáo luôn mạnh khỏe, thành đạt trong Công tác và hạnh phúc. Chúc các bạn học sinh vui, khỏe, chăm ngoan, học tốt xứng đáng là các học trò của Thầy Cô giáo.

Đến với buổi lễ kỷ niệm hôm nay chúng em xin được dâng lên các quý vị đại biểu cùng các Thầy Cô giáo những bông hoa tươi thắm nhất.

Kính thưa quý vị đại biểu, kính thưa quý Thầy Cô!

Nước ta có hàng nghìn năm văn hiến với nhiều truyền thống quý báu. Trong đó truyền thống “Tôn sư trọng đạo” luôn được giữ gìn và phát huy.

Hôm nay, nhân ngày lễ Hiến chương Nhà giáo Việt Nam, em xin thay mặt toàn thể các bạn học sinh trong trường kính chúc quý Thầy Cô dồi dào sức khỏe và thành đạt.

2

Những Người Lái Đò Thầm Lặng

"Chuyện một con đò dãi dầm nắng mưa
Lặng lẽ chở bao dòng người xuôi ngược
Khách sang sông tiếp hành trình phía trước
Có ai nhớ chăng hình ảnh con đò…?"

Năm tháng đằng đẵng trôi, người lái đò vẫn mãi lặng thầm lái những con đò tri thức nối nhau cập bến, bỏ quên nỗi nhọc nhằn mà mỉm cười nhìn đàn con thơ tung cánh về tương lai…

Ai đó từng nói, nghề dạy học là nghề cao quý nhất trong những nghề cao quý. "Nhất tự vi sư, bán tự vi sư" – Một chữ là Thầy, nửa chữ cũng là Thầy. Những lời giảng đầy nhiệt huyết cùng sự quan tâm ân cần của Thầy Cô đã dìu dắt bao thế hệ học trò trưởng thành. Thầy Cô dạy đàn con thơ từng con chữ, dạy cả cách làm người. Như người lái đò tận tụy đêm ngày, Thầy Cô đưa biết bao thế hệ học trò qua dòng sông tri thức để cập bến bờ tương lai mơ ước.

Những dòng sông dài, sâu, nhiều chỗ nước xoáy ẩn chứa nhiều sự nguy hiểm từng ngày vẫn lặng lẽ đưa đò. Để rồi thời gian trôi qua người khách đi đò năm nào đã cập bến ước mơ, tung đôi cánh vào khoảng trời riêng. Một ngày ngoảnh lại vẫn con sông năm nào, vẫn người lái đò nơi ấy đang đưa người cập bến tri thức. Đã biết bao chuyến đò cập bến trong cuộc đời người lái đò và đã biết bao thế hệ học sinh trưởng thành dưới bàn tay ấm áp của người Thầy người Cô. Thầy Cô cho em học đạo làm người, mở cánh cửa tương lai giúp em tự tin bước vào xã hội Công nghiệp hóa, hiện đại hóa.

Công lao ấy vô cùng to lớn, Thầy Cô đem cả tâm huyết của

mình để truyền dạy cho học sinh chỉ mong học trò của mình có một tương lai tốt đẹp. Rồi mai đây, chúng con khôn lớn, có đủ khả năng trí lực để chắp cánh bay vào đời, tìm ra điều lạ điều thú vị trong cuộc sống. Những lời căn dặn, nhắc nhở ngày nào con vẫn mang bên mình, cũng chính là hành trang phục vụ bước đường con đang đi và sẽ đi tới, mỗi lời nói đã chắp cánh, nâng bước chân con.

Công lao to lớn như "trời cao, biển rộng" khó có thể đền đáp hết được. Ngay từ bây giờ khi còn là học sinh hãy dành hết sức mình để học tập thật tốt, cố gắng không phụ sự kỳ vọng của Thầy Cô đối với mình.

Với tất cả học sinh, đây là cơ hội để ta bày tỏ lòng biết ơn và kính trọng đối với các Thầy Cô giáo. Chúng em mong rằng Thầy Cô – những người lái đò thầm lặng sẽ luôn giữ vững tay chèo đưa con thuyền chở những người trí thức đến được bến bờ ước mơ.

Sắp đến ngày Nhà giáo Việt Nam, chúng em xin chúc Thầy Cô đang đứng trên bục giảng, các Thầy Cô ở ngoài đời thường mạnh khỏe, Công tác tốt để có thể truyền đạt cho học sinh những kiến thức bổ ích, những kinh nghiệm quý báu để chúng em tự tin bước vào đời.

3

Gọi Tiếng Thầy Với Tất Cả Tin Yêu

Alexander the Great nói: "*Tôi mang ơn cha mẹ cho tôi sự sống, nhưng tri ân Thầy tôi đã dạy tôi sống đẹp*". Có lẽ trong cuộc đời của mỗi con người, ngoài cha mẹ là những bậc sinh thành, Thầy Cô giáo cũng có Công lao rất lớn. Còn đối với những học sinh đang thời cắp sách tới trường như chúng em thì Thầy Cô giáo chính là những người cha, người mẹ thứ hai.

Từ hồi còn đi học mẫu giáo Cô dạy ta cách ăn, cách chào, dạy ta viết chữ, từ chữ O tròn tới chữ A đầu bảng chữ cái... từ những thứ đầu tiên cho tới lúc vào lớp 1 Thầy Cô dạy ta đọc dạy ta ghép chữ ghép vần, dạy ta kỹ năng sống, lên từng lớp Thầy Cô lại dạy cho ta thêm những điều hay lẽ phải, cho đến khi lên đại học Thầy Cô dạy lại dạy ta những kiến thức mới, trang bị cho ta hành trang bước vào đời, đưa con thuyền tương lai cập bến an toàn và cho ta những kỉ niệm học trò không thể nào quên, họ như những người cha người mẹ thứ hai của chúng ta vậy.

Cứ thế từng ngày, chúng ta bước lên những bậc cao hơn của nấc thang kiến thức và Thầy Cô thì luôn dõi theo chúng ta. Từ một con điểm tốt, một ý tưởng hay cho đến một sai phạm nhỏ, một lần không thuộc bài, Thầy Cô đều chú ý khen ngợi hoặc nhắc nhở. Thầy Cô là những người thầm lặng đưa chúng em đến đỉnh cao của kiến thức, cho chúng em một tương lai tươi đẹp.

Sau này dù có lớn lên, có đi xa, có thành Công, dù những con người xưa ấy đã già, đã về hưu nhưng một thứ không thể thay đổi trong quá khứ đó là họ từng là Thầy của chúng ta, là những người tạo ra tương lai cho cả một đất nước. Bất kể một nghề nào chính đáng cũng cao quý nhưng người ta thường nói nghề “Giáo” là nghề cao quý nhất trong các nghề cao quý. Họ không đơn giản chỉ là những người dẫn đường đưa lối họ còn là người giữ lửa và truyền lửa cho chúng ta, truyền ngọn lửa ấm áp tình thương, truyền ngọn lửa nỗ lực hy vọng, chẳng những thế họ còn là người bác sĩ chữa lành những vết thương ngây thơ của chúng ta mà chẳng viên thuốc nào có sức mạnh ấy cả.

Mấy ai là kẻ không Thầy

Thế gian thường nói không Thầy sao nên.

Thầy Cô, chỉ với hai tiếng thôi mà sao chúng em cảm thấy cao quý và thiêng liêng đến vậy. Có lẽ rằng, tình yêu nghề, yêu trẻ thơ đã ngấm sâu vào trong mỗi con người họ. Để đến khi trở thành những Thầy giáo, Cô giáo sự nhiệt huyết, tận tình trong mỗi con người lại dâng trào lên. Thầy Cô chính là những người dẫn đường chỉ lối cho chúng em trên con đường đời của riêng mình, người vun đắp những ước mơ của chúng em vào một tương lai tươi sáng hơn.

Ngày 20/11 sắp tới, ngày mà cả nước ta tri ân tới những người Thầy người Cô ấy, những con người thầm lặng cống hiến cả cuộc đời cho mỗi thế hệ học trò, những món quà quý giá mà chúng ta tặng họ, với họ có lẽ chẳng có gì quý hơn sự trưởng thành và sự thành Công của chúng ta, thành quả là sự nỗ lực của cả Cô, Thầy và trò cùng tạo nên.

Rồi sau này khi rời xa mái trường chúng ta sẽ cảm thấy tiếc nuối và mong thời gian trở lại để thêm một lần ngồi dưới lớp nghe Thầy giảng, thêm một lần được Thầy Cô mắng phạt, thêm một lần được Cô an ủi, thêm một lần được Thầy Cô khen ngợi, thêm một lần thôi... nhưng thời gian đâu có thể quay trở lại cũng như chúng ta, ai có thể sống hai lần? bởi vậy hãy trân trọng những con người góp phần không nhỏ mang cho ta hạnh phúc, tương lai…

Cơn gió vô tình thổi mạnh sáng nay
Con bỗng thấy tóc Thầy bạc trắng
Cứ tự nhủ rằng đó là bụi phấn
Mà sao lòng xao xuyến mãi không nguôi
Bao năm rồi? Đã bao năm rồi hở? Thầy ơi ...
Lớp học trò ra đi, còn Thầy ở lại
Mái chèo đó là những viên phấn trắng
Và Thầy là người đưa đò cần mẫn
Cho chúng con định hướng tương lai.
Thời gian ơi xin dừng lại đừng trôi

Cho chúng con khoanh tay cúi đầu lần nữa
Gọi tiếng Thầy với tất cả tin yêu ...

“ ”

Sắp đến ngày Nhà giáo Việt Nam, chúng em xin chúc thầy cô đang đứng trên bục giảng, các thầy cô ở ngoài đời thường mạnh khỏe, công tác tốt để có thể truyền đạt cho học sinh những kiến thức bổ ích, những kinh nghiệm quý báu để chúng em tự tin bước vào đời.

4

Nghề Nhà giáo Và Viên Phấn

Có một nghề, một Công việc và cả một đời người đã lặng lẽ hy sinh cho tri thức, cho những đôi cánh mơ ước bay cao bay xa trên bầu trời rộng lớn của niềm tin, nhiệt huyết tuổi trẻ rực cháy. Đó là nghề giáo – những người mang ánh sáng soi đời trẻ, lái chuyến đò chiều sang bến bờ, đò vinh quang đến nơi đất lạ. Ơn này sao đền đáp hết khi bụi phấn đã làm tóc Thầy phai bạc. Xin tri ân Thầy Cô, ân tình sâu nặng của những người lái đò tâm huyết ấy.

Tôi không thể định nghĩa được tình Thầy trò là gì? Phải chăng tình Thầy trò có thể làm thay đổi cuộc sống của bạn dù chỉ là một phần nhỉ? Đó là tình cảm mà bạn có thể tìm thấy được một khoảnh khắc nào đó trong cuộc sống. Chắc hẳn trong chúng ta cũng đã có một thời gian gắn bó bên mái trường, được học tập dưới sự dìu dắt, chỉ bảo tận tình của Thầy Cô. Xúc động làm sao khi nghĩ về hình ảnh những người giáo viên đã luôn ân cần dạy dỗ chúng ta nên người.

Bánh xe thời gian cứ quay lặng lẽ, chúng tôi dần trưởng thành sau mỗi bài học, sau những buổi đứng lớp của các Thầy các Cô. Nhớ lắm tà áo dài thướt tha của Cô, dáng đi nghiêm trang mà thân thiện của Thầy. Nhớ lắm những bài học làm người, những tri thức khoa học mà mấy năm qua tôi được học nằm lòng. Một năm qua đi, chúng tôi lại phải chào tạm biệt những người Thầy, người Cô để bước tiếp sang lớp mới, học thêm những bài học mới. Lòng chúng tôi lại bồi hồi khi nhìn thấy hình bóng thân yêu của những người Thầy người Cô mà xưa kia đã giảng dạy chúng tôi bằng một tấm lòng tận tụy.

Và mỗi năm cứ đến ngày 20/11, toàn thể học sinh trên khắp đất nước Việt Nam lại nhiệt liệt chào mừng ngày Nhà giáo Việt Nam. Những nỗi vất vả, nhọc nhằn của những người làm nghề giáo, giờ đây được đền đáp bằng những đóa hoa, những lời chúc vô cùng ý nghĩa của chính người học trò mà xưa kia mình đã dạy dỗ, bảo ban. Trên khuôn mặt của họ lúc bấy giờ rạng rỡ một nụ cười. Vâng, họ hạnh phúc, hạnh phúc không phải vì được đền đáp mà hạnh phúc vì được gặp lại những đứa con thân yêu mà họ đã coi như một phần của cuộc đời mình.

Cuộc sống có biết bao biến đổi nhưng nào đâu làm phai mờ đi tình cảm của người Thầy người Cô dành cho học sinh thân yêu. Tình cảm ấy thiêng liêng, cao quý biết nhường nào. Tình yêu thương ấy đã sưởi ấm tâm hồn của biết bao người học sinh trong suốt cả cuộc đời đi học. Nếu một mai tôi không còn là một đứa trẻ, nếu một mai tôi rời khỏi sự ủ ấp của gia đình và nhà trường để tiếp tục bước, đi vào thử thách mình trên quãng đường còn lại, thì tôi sẽ không quên đâu! Không bao giờ quên Công ơn sâu nặng và tình cảm bao la của Thầy Cô dành cho tất cả học sinh của mình - những đứa con mà họ coi như máu thịt, như một phần của cuộc đời.

5
Những Lời Cảm Ơn Có Ý Nghĩa Của Học Trò

1. Một lời cảm ơn lớn đến người Thầy của em! Thầy là người cha của em, người đã cho em một hình ảnh, một tiếng nói và một suy nghĩ để giúp em xây dựng cuộc sống.

2. Cảm ơn Cô đã dạy em môn học mà em đã nghĩ là sẽ không bao giờ hiểu hoặc có hứng thú với nó. Cảm ơn Cô đã làm việc học trở nên thú vị!

3. Cảm ơn vì đã luôn chăm sóc và trấn an em rằng em đang làm tốt. Cô là người giáo viên tuyệt nhất trên đời. Cảm ơn Cô vì tất cả.

4. Cô có biết Cô là giáo viên mà em yêu nhất không? Cảm ơn Cô đã cho những kiến thức quý giá. Em chúc Cô luôn hạnh phúc và thành Công.

5. Cảm ơn Cô đã giúp em có thêm kiến thức. Em luôn biết ơn Công lao giảng dạy của Cô.

6. Em rất biết ơn Công lao dưỡng dục của Thầy đối với chúng em. Em hứa sẽ luôn là một học sinh giỏi. Chúc Thầy Cô một ngày 20/11 vui vẻ!

7. Cảm ơn Cô vì đã luôn quan tâm đến chúng em. Cô là giáo viên tốt nhất trên thế giới. Em yêu Cô. Chúc Cô ngày Nhà giáo Việt Nam vui vẻ!

8. Các Thầy Cô thân mến, cảm ơn Thầy Cô đã thắp lên ngọn

lửa ước mơ trong em. Nếu không có Thầy Cô, em đã không có ngày hôm nay. Em yêu yêu Thầy Cô!

9. Em cảm ơn Cô vì đã luôn là ngọn hải đăng soi sáng con đường em và khuyến khích em theo đuổi mục tiêu của mình trong cả cuộc sống lẫn học tập. Cô là người em kính trọng nhất.

10. Em biết ơn các Thầy Cô vì đã dẫn dắt chúng em, tạo động lực cho chúng em và góp phần tạo nên chúng em của ngày hôm nay. Chúc mừng ngày Nhà giáo Việt Nam!

6
Lời Tri Ân, Cảm Ơn Thầy Cô giáo Của Phụ Huynh

1. Thay mặt cho các em học sinh, và con em của tôi, chúng tôi xin gửi tấm chân tình bao gồm sự biết ơn và sự trân trọng đến quý Thầy Cô. Vì đã luôn cho con em tôi cơ hội được tiếp xúc với kiến thức, với sự giảng dạy tận tình của Thầy Cô. Tôi xin được gửi lời cảm ơn, cùng với lời chúc sức khỏe đến quý Thầy Cô nhé. Chúc Thầy Cô có một ngày lễ 20/11 trọn vẹn!

2. Ngày 20/11, không biết nói gì hơn ngoài lời cảm ơn sâu sắc đến Cô giáo. Nhờ có Cô mà những ngày học mầm non của con em chúng tôi là những ngày tháng tươi đẹp nhất. Kính chúc Cô giáo mãi mạnh khỏe, hạnh phúc để tiếp tục dìu dắt những mầm xanh vào đời.

3. Thay mặt hội cha mẹ học sinh lớp …., tôi xin gửi lời cảm ơn sâu sắc nhất tới các Cô giáo. Cảm ơn các Cô đã luôn quan tâm, yêu thương dành cho các con những điều tốt đẹp nhất. Chúc các Cô luôn xinh tươi, vui vẻ, hạnh phúc và có nhiều năng lượng để *"chiến đấu"* với lũ trẻ. Chúc mừng ngày Nhà giáo Việt Nam!

4. Ngày Nhà giáo Việt Nam 20/11 đã đến. Thay mặt cho các con, là bậc phụ huynh, tôi xin gửi sự biết ơn chân thành đến tất cả các Thầy Cô. Mong cho sự nhiệt huyết luôn ở đây với các Thầy Cô. Mong cho sức khỏe của Thầy Cô luôn tràn đầy để dìu dắt các con tiếp tục lớn lên từng ngày.

5. Nhân ngày 20/11, tôi gửi đến các Thầy các Cô những lời chúc tốt đẹp. Chúc các Thầy Cô hoàn thành tốt nhiệm vụ cao cả của nghề giáo viên. Chúc Thầy Cô luôn tìm thấy sự bình an và hạnh phúc trong đời sống cá nhân; và cả trong sự nghiệp hiện tại. Xin trân trọng cảm ơn quý Thầy Cô.

6. Mọi lời hay ý đẹp cũng chẳng thể nào so sánh được bằng Công lao của các Thầy Cô giáo dành cho các con của chúng tôi. Ngày 20/11, xin kính chúc các Thầy Cô giáo luôn tươi như hoa trên lá, đẹp như đóa kim cương, có sức khỏe phi thường để thành Công hơn nữa trên con đường giáo dục!

7. Cảm ơn Thầy Cô giáo vì không chỉ là người dạy dỗ, Thầy Cô còn là người bạn thân thiết của con chúng tôi. Cảm ơn Thầy Cô vì đã trở thành nơi tin cậy, nơi tràn đầy yêu thương để bé sẵn sàng chia sẻ mọi vấn đề. Ngày 20/11 là ngày dành cho Thầy Cô, gia đình tôi xin chúc Cô mạnh khỏe, luôn tươi vui để học trò luôn được thấy nụ cười rạng rỡ của Cô.

8. Khi làm mẹ, tôi mới thấy ngưỡng mộ những Cô giáo mầm non. Tôi ngưỡng mộ sự nhẫn nại của các Cô, ngưỡng mộ sự tận tụy của các Cô và rất biết ơn vì điều đó. Cảm ơn các Cô đã luôn yêu thương, quan tâm tới các cháu. Chúc các Cô luôn dồi dào sức khỏe để viết tiếp những hành trang vô cùng tươi đẹp. Chúc mừng ngày Nhà giáo Việt Nam!

9. Nhân ngày Nhà giáo Việt Nam 20/11, gia đình chúng tôi xin gửi tới Thầy Cô lời cảm ơn chân thành nhất. Cảm ơn Thầy Cô suốt thời gian qua đã luôn ân cần, quan tâm và chăm sóc cháu. Chúc Thầy Cô có một ngày 20/11 thật vui vẻ, hạnh phúc ngập tràn đầy yêu thương!

10. Tôi muốn gửi tới Cô giáo lời cảm ơn chân thành nhất từ trái tim của một người mẹ. Cảm ơn Cô đã luôn dành thời gian chăm sóc và hết lòng vì cháu. Chúc Cô giáo có một ngày 20/11 thật ý nghĩa và hạnh phúc!

7
Lời Cảm Ơn, Tri Ân Thầy Cô giáo Đã Nghỉ Hưu

1. Ơn dạy dỗ của thầy Cô giáo làm sao con có thể kể hết được, con sẽ nhớ mãi suối nguồn tri thức và tình cảm Thầy Cô đã dành cho con. Dù Thầy Cô không còn hoạt động với nghề, con vẫn luôn yêu Thầy Cô nhiều lắm.

2. Em cảm ơn thầy đã dạy dỗ chúng em thành những đứa con ngoan, thành những Công dân có ích cho xã hội. Nhân ngày 20/11 em xin chúc thầy sức khỏe và thật nhiều niềm vui trong cuộc sống.

3. Có ai đó đã nói rằng: "Phải tôn kính Thầy dạy mình, bởi lẽ nếu cha mẹ cho ta sự sống thì chính các Thầy giáo cho ta phương cách sống đàng hoàng tử tế". Đúng như vậy chính thầy Cô đã cho em nguồn tri thức quy báu để em hoàn thiện mình hơn. Xin cho em được gửi những lời chúc tri ân chân thành nhất đến Thầy Cô.

4. Dẫu có bôn ba khắp chân trời góc bể thì cũng không thể quên những kiến thức, đạo làm người mà Thầy Cô đã truyền dạy. Không có Thầy Cô thì chúng con cũng sẽ không có ngày hôm nay. Nhân dịp ngày hiến chương Nhà giáo 20/11, kính chúc Thầy Cô luôn luôn mạnh khỏe, vui vẻ và thành Công trong sự nghiệp trồng người.

5. Từ bao đời nay dạy học là nghề luôn được coi trọng và tôn

kính trong xã hội. Đối với chúng con, Thầy Cô luôn là những người được kính trọng nhất. Nhân ngày 20/11, từ sâu thẳm trái tim mình chúng con gửi tới Thầy Cô lời chúc tốt đẹp nhất!

6. Cho dù đã không còn được học với Thầy Cô nữa nhưng những gì mà Cô đã làm cho con, con sẽ luôn mãi khắc ghi trong lòng. Mặc dù có những lúc con đã khiến Cô buồn phiền, nhưng Cô vẫn sẵn lòng tha thứ cho người học trò ngỗ nghịch. Vì Cô, con đã hiểu ra rất nhiều điều. Con xin hứa sẽ phấn đấu học tập thật tốt để sau này đền đáp Công ơn của Cô.

7. Em luôn tự hào và cảm động khi được thầy dạy giỗ và chỉ bảo. Công ơn của thầy Cô chúng em mãi khắc ghi và xin hứa sẽ Cố gắng học tập thật chăm chỉ để không phụ lòng thầy Cô. Nhân ngày lễ 20/11 đã đến em xin chúc Thầy sức khỏe, luôn vui vẻ dù không còn hoạt động với nghề.

8. Dù có đi đâu và trưởng thành như thế nào thì em luôn mãi nhớ về quãng thời gian được Thầy Cô dìu dắt, chỉ bảo tận tình. Nhân ngày kỷ niệm Nhà giáo Việt Nam 20/11 em xin gửi lời cảm ơn đến Thầy Cô đã chắp cánh cho ước mơ của em được bay cao bay xa và có được thành Công như hiện tại. Kính chúc người Thầy, người Cô đáng kính của em có một ngày hiến chương Nhà giáo hạnh phúc viên mãn.

9. Gửi Thầy Cô những người mang tri thức đến với mỗi người từ lớp trẻ thơ cho đến những đứa trẻ trưởng thành. Chúc Thầy Cô mãi khỏe mạnh và sống vui vẻ!

10. Xin gửi những yêu thương, lòng biết ơn chân thành tới Thầy Cô. Người đã gắn bó cả tuổi xuân cho sự nghiệp giáo dục - Người ngày ngày miệt mài với bảng phấn - Người gieo mầm trí tuệ cho con trẻ gặt hái tương lai. Xin gửi những lời chúc 20/11 tới quý Thầy Cô, chúc Thầy Cô mãi tươi vui và hạnh phúc, sống mãi trong lòng mỗi thế hệ học trò.

Ni sư Giới Hương cầm míc và Tăng Ni sinh lớp Anh Văn Phật pháp, ngày 20 tháng 11 năm 2017

8
Lời Tri Ân, Cảm Ơn Thầy Cô (tiếng Anh)

1. My dear teacher, thank you for lighting up the dream fire in me. If it weren't for you, I wouldn't be today. I love you teachers!

Tạm dịch: Thầy Cô thân mến, cảm ơn Thầy Cô đã thắp lên ngọn lửa ước mơ trong em. Nếu không có Thầy Cô, em đã không có ngày hôm nay. Em yêu Thầy Cô!

2. I am really grateful because I met the teacher – who gave me inspiration, motivation, and helped me develop my abilities. Happy Teachers' Day!

Tạm dịch: Em thực sự biết ơn vì em đã gặp được Thầy Cô – người đã truyền cho em cảm hứng, động lực và giúp em phát triển khả năng của mình. Chúc mừng ngày Nhà giáo Việt Nam.

3. Thank you for teaching and giving me lots of love & caring during the past time. On November 20th, I wish you good health, better work in the career of teaching!

Tạm dịch: Cảm ơn Thầy Cô đã dạy dỗ, và dành rất nhiều tình cảm & sự quan tâm em trong suốt thời gian qua. Nhân ngày 20-11, em xin chúc Thầy luôn mạnh khỏe, ngày càng hoàn thành tốt sự nghiệp giảng dạy!

4. Your dedication is our inspiration. Thank you for always being devoted to the teaching profession. Happy Vietnamese Teacher's day!

Tạm dịch: Sự cống hiến của Thầy/ Cô là nguồn cảm hứng của chúng em. Cảm ơn Thầy Cô đã luôn tâm huyết với nghề dạy học. Chúc mừng ngày Nhà giáo Việt Nam!

5. Thank you, teachers, for always being the parents, the sibling, the friend who stayed by and followed over us. I hope I can continue to stick with you in the years to come. I love you so much!

Tạm dịch: Cảm ơn các Thầy Cô đã luôn là cha mẹ, người anh, người bạn đã ở bên và theo dõi chúng em. Em hy vọng em có thể tiếp tục gắn bó với Thầy Cô trong những năm tới. Em yêu Thầy Cô rất nhiều!

6. Thank you, teachers, for teaching and leading me to be successful like today. Happy teachers day in Vietnam!

Tạm dịch: Cảm ơn các Thầy Cô đã dạy dỗ và dìu dắt em có được thành Công như ngày hôm nay. Chúc mừng ngày Nhà giáo Việt Nam!

7. Thank you for being a great homeroom teacher. Happy Teachers Day!

Tạm dịch: Cảm ơn Cô vì đã trở thành một giáo viên chủ nhiệm tuyệt vời. Chúc mừng ngày Nhà giáo!

8. Thank you for always being interested in us. You are the

best teacher in the world. I love you. Have a nice day Vietnamese Teachers!

Tạm dịch: Cảm ơn Cô vì đã luôn quan tâm đến chúng em. Cô là giáo viên tốt nhất trên thế giới. Em yêu Cô. Chúc Cô ngày Nhà giáo Việt Nam vui vẻ!

9. Thank you for teaching, teaching, and giving you a lot of love during the past time. On November 20, I wish you good health, better work in the career of growing people!

Tạm dịch: Cảm ơn Cô đã dạy dỗ, dạy dỗ và dành rất nhiều tình cảm cho chúng em trong suốt thời gian qua. Nhân ngày 20-11, em xin chúc Thầy luôn mạnh khỏe, ngày càng hoàn thành tốt sự nghiệp trồng người!

10. On the occasion of Vietnamese Teachers' Day, I would like to thank you for infusing me with valuable knowledge. Wish the teacher was always as young and enthusiastic as they are now!

Tạm dịch: Nhân ngày Nhà giáo Việt Nam, em xin cảm ơn Thầy đã truyền cho em nhiều kiến thức quý báu. Chúc Thầy luôn tươi trẻ và nhiệt huyết như bây giờ!

Nguồn

Tài liệu này được sưu tầm trên trang mạng Internet và xin phép các tác giả ẩn danh, có vài bài xin thay đổi tựa đề cho phong phú.

Chương 7

Những Câu Chuyện Hay Về Thầy Cô

1. Mùa hè nhớ về Thầy
2. Nét chữ ngày xưa
3. Mong đường dài cho áo kịp khô
4. Bài học làm người từ Cô giáo dạy sử
5. Cuốn giáo án trái tim
6. Điểm số 10 thay cho điểm 0
7. Có một người Thầy dạy tôi như thế
8. Chuyến về thăm trường xưa
9. Kỷ niệm về Thầy Cô nhân dịp 20/11
10. Bài học về lỗi lầm và sự bao dung
11. Người Thầy và những tờ tiền cũ
12. Ông giáo và tách café
13. Dù Thầy không phải là cha
14. Lời Thầy dạy thuở ấy
15. Bài giảng của Thầy đánh thắng cả mùa nước lũ

16. Truyền đạt kiến thức và tri thức cuộc sống
17. Thầy đã ra đi
18. Thầy ơi!
19. Đồng Khánh trường tôi!

Từ trái: *Hòa thượng Tâm Đức (Trưởng khoa Anh Văn Phật pháp) ban đạo từ. Các giảng viên khoa Anh Văn Phật Pháp: Đại đức Minh Thắng, Sư Cô Huệ Hòa, Sư Cô Tâm Thảo, NS Giới Hương, và Cô Trúc Duyên*

1

Mùa Hè Nhớ Về Thầy

Nghe nói mùa thu là thời kỳ của tình yêu và sự tựu trường, nơi mà những ước mơ bắt đầu nảy mầm. Tuy nhiên, mặc dù có nhiều lý do để chào đón mùa thu, nhưng tôi lại thích mùa hè hơn. Mùa hè với tiếng ve kêu râm ran, hoa phượng nở rực rỡ và những khoảnh khắc tuyệt vời bên bạn bè. Và hơn tất cả, mùa hè gợi nhớ về Thầy của tôi.

Thầy tôi, đã ngoài 50 tuổi nhưng trông Thầy trẻ trung hơn. Với bộ đồ giản dị, chiếc áo sơ mi xanh và quần đen, mái tóc bạc pha trộn với màu của sự trải nghiệm. Thậm chí, có học sinh nói rằng màu tóc của Thầy giống màu của bụi phấn. Nụ cười hạnh phúc trên khuôn mặt Thầy là điều tuyệt vời nhất. Nhưng đôi mắt của Thầy mới là điều tôi nhớ mãi. Sáng và trìu mến, chúng tỏ sự trải qua nhiều sóng gió. Tuy nhiên, đôi mắt ấy vẫn tràn đầy tình thương, luôn tạo niềm tin lớn cho chúng tôi.

Khi bước chân vào lớp 1, mọi thứ đều mới mẻ và xa lạ với tôi, một đứa trẻ nhỏ. Việc rời khỏi nhà để bước vào thế giới lớn là một thách thức. Tôi nhớ rõ lúc phải xa mẹ, bước vào lớp học.

- Nam, vào lớp với bạn bè đi con. Nhìn xem có ai còn bám lấy mẹ như con không? - Mẹ nói.

- Không! Con không muốn đi học. Mẹ cho con về ngay! - Tôi hét lên mặc kệ những ánh nhìn lạ lẫm từ bạn bè và ánh nhìn giận dữ từ mẹ. Tôi nghĩ rằng nếu tôi tiếp tục như vậy, mẹ sẽ đưa tôi về. Tôi tiếp tục gào thét 'Con muốn về', ngồi xuống đất để làm mẹ khó xử. Bất ngờ, một người đàn ông già bên cạnh tôi nói:

- Em là học sinh mới đúng không? Hãy đứng lên và vào lớp 5 phút thôi. Nếu sau đó em không thích, em có thể về với mẹ. Được không? Tôi nhìn mẹ, mẹ gật đầu đồng ý. Thầy giúp tôi đứng lên và vào lớp, tôi bước vào thế giới mới với quyển sách Tiếng Việt mà Thầy đưa. Từng trang sách mở ra như cánh cửa dẫn tôi vào thế giới của kiến thức và kỳ diệu. Thầy nói rằng sau này tôi sẽ được biết đến những điều tuyệt vời, cảm nhận vẻ đẹp của thế giới và hiểu biết về cuộc sống. Rồi Thầy nhìn xa xăm, nhẹ nhàng nói:

- Em có thấy những chú chim ấy không? Những chú chim được sinh ra từ quả trứng, được chim mẹ ấp ủ để sau cùng chúng có thể bay ra khỏi tổ đến những vùng đất mới, những đỉnh cao mới. Em cũng vậy, chỉ khi em bước ra khỏi vòng tay của mẹ, em mới có thể bay cao và xa như những chú chim kia. Dù em có hiểu hay không, thời gian sẽ giải đáp tất cả, em nhé. Năm phút ngắn ngủi trôi qua.

Thầy hỏi: 'Vậy giờ Nam còn muốn về với mẹ không?'. Tôi không trả lời, chỉ cúi đầu ngượng nghịu như một đứa trẻ có lỗi với mẹ. Thầy và mẹ cười, họ hiểu rằng tôi muốn ở lại đây, ở lại với Thầy để được khám phá những điều kỳ diệu, những điều mà ngôi nhà nhỏ của tôi không thể mang lại. Đó là buổi học đầu tiên mà tôi sẽ nhớ mãi, buổi học tôi đã gặp được một người Thầy, người cha dẫn dắt tôi trong những bước đi đầu tiên của cuộc sống.

Thời gian trôi qua, Thầy đã giảng cho tôi biết bao điều mới mẻ. Tôi không thể quên những buổi hát của Thầy, giọng ca ấm áp tràn ngập tình thương. Khi Thầy giải quyết chuyện cải nhau, gây nhau giữa các học sinh, Thầy trở nên nghiêm túc và quyết đoán, tạo nên bài học quý giá về đối nhân xử thế. Nhưng với tôi, Thầy đẹp nhất khi giảng bài, hình ảnh của một người chèo đò cẩn trọng, mang đến cho chúng tôi những tri thức mới lạ. Hình ảnh của Thầy, một tay cầm sách, tay còn lại cầm phấn viết trên bảng, giản dị và thiêng liêng. Những ngày tươi đẹp ấy trôi qua trong đôi mắt trong veo của tôi.

Nhưng tôi chỉ học cùng Thầy đến lớp 3, sau đó, do lý do gia đình, chúng tôi phải chuyển về một huyện nhỏ ở Hà Nội. Những giờ giảng của Thầy, ánh mắt và lời khen khi tôi đạt thành tích cao vẫn in sâu trong tâm trí tôi. Nay, tôi là sinh viên năm thứ nhất của trường Đại học Sư phạm Hà Nội, lớn lên và trưởng thành hơn rất nhiều.

Hôm nay, tôi quay trở lại thăm trường cũ, quay trở lại nơi bắt đầu những bước đi đầu tiên. Trong niềm hân hoan, tôi nhận được một tin đau lòng... Thầy đã ra đi. Thầy mất đã một tháng vì căn bệnh ung thư nặng nề. Trái đất như rung chuyển, tôi ngã quỵ. Những giọt nước mắt hối hả lăn trên gò má. Tôi hối hận vì sao không về thăm Thầy, không viết lá thư cho Thầy, giờ đây đã quá muộn, những ký ức tuyệt vời về tình Thầy trò đã tan vào dĩ vãng, Thầy đã trở về với cát bụi. Con đã về rồi Thầy ơi, ngôi trường xưa vẫn đó, lớp học kia, bàn ghế ấy, nhưng Thầy ở đâu? Bỗng một cơn gió thoáng qua, tôi nhớ lời Thầy dạy:

- Khi buồn, hãy gửi lòng vào gió. Gió sẽ mang đi những tâm sự của em. Tôi đứng dậy, nghe cơn gió làm xào xạc lá rơi khắp sân trường, tôi cảm thấy như Thầy vẫn ở đây. Gió ơi, hãy đi xa và nếu gặp Thầy ở đâu đó, hãy chuyển lời ân tình: *"Thầy ơi, con nhớ Thầy nhiều lắm!"*.

2
Nét Chữ Ngày Xưa

Năm tôi lên 6 tuổi, ngoại cầm tay tôi tô những nét chữ đầu tiên, từ cỡ chữ 1 ly đến 4 ly, các kiểu chữ hoa…. Từ cái bút chì Gilbert được gọt nhọn, ruột chì vừa đen vừa mềm đến cái bút mực ngòi lá lúa, ngòi rộng nét thanh nét đậm được cắm chặt nơi đầu quản bút bằng giấy do chính tay ngoại xé rất chặt. Hơi thở của ngoại nhè nhẹ bên tai mỗi lần tôi tập viết.

Nhớ một lần đi học về, thấy vở tôi chữ viết không đều, ngoại bắt tôi viết lại ba lần sau khi đã ngửa bàn tay phải lãnh đủ 3 roi đũa cả.

Nghĩ đến lũ trẻ bây giờ mà buồn: bút đủ loại đắt tiền, toàn đồ ngoại. Vậy mà càng lớn, chữ càng xấu.

(Đoàn Ngọc Toại)

3
Mong Đường Dài Cho Áo Kịp Khô

Tặng những ai còn trên bục giảng

Ngày 20. 1 l, tôi gặp lại một học trò cũ, em kể: Hồi học với Cô, mẹ em bị bệnh nan y, em phải lo cho sáu em nhỏ, đêm đi học, ngày đi làm, chiều nào cũng chạy đến trường, có nhiều hôm phải mặc áo lót còn ướt, lạnh mà vẫn mong gió nhiều, muộn mà vẫn muốn đường dài, để đến lớp áo kịp khô... Nhớ những lúc bị tôi nêu tên trước lớp vì quá lười, em chỉ cúi đầu, nước mắt rơi lã chã xuống bàn... Lòng tôi tràn đầy hối hận. Tôi muốn hỏi: - “Sao ngày xưa em không nói?” Nhưng tôi chợt nhớ: ngày xưa tôi chưa bao giờ hỏi.

(B.P.M)

4
Bài Học Làm Người Từ Cô giáo Dạy Sử

Sau ba năm tôi mới có dịp trở lại trường cũ. Mọi thứ không thay đổi nhiều, sân trường vẫn rợp bóng cây, những chiếc ghế đá vẫn ở đó, trầm mặc và nhẫn nhịn. Tiếng Cô giảng đều đều trên lớp và ánh mắt ngây thơ của đám trẻ học trò khiến tôi nhớ lại những kỷ niệm thời cắp sách. Tiếng trống trường đã điểm, giờ ra chơi đến.

Tôi nhớ lại bóng dáng của Cô từ trong lớp, vẫn dáng hình ngày xưa khi gieo mầm con chữ cho chúng tôi. Cô vẫn tận tụy đến lớp, vẫn chèo lái những con thuyền mơ ước của những cậu học trò nhỏ chúng tôi đến bến bờ hạnh phúc. Giọng Cô nhẹ nhàng phân tích cho học sinh chúng tôi những sự kiện lịch sử đáng nhớ, những chiến thắng vang dội của quân ta khắp các chiến trường. Chốc chốc Cô ngừng giảng và nhìn đám học trò đang tròn mắt suy ngẫm. Chính Cô cũng không thể nhận ra được những thế hệ học trò đó còn nhớ mãi Công ơn của Cô tự ngày nào.

Cô về trường tôi từ khi trường chỉ có mái lá đơn sơ. Ngày mưa cũng như ngày nắng, Cô vẫn đạp chiếc xe Thống Nhất đã bạc màu đến lớp. Có lần những hôm trời mưa bão rất to mà Cô vẫn cố đạp hơn chục cây số đến lớp vì sợ học sinh phải chờ. Có khi nước ngập quá bánh xe mà Cô vẫn bước tiếp, đến lớp thì cả Thầy cả trò đều ướt hết. Phòng học dột nát không thể theo học. Những khi mưa gió như vậy Cô lại nhớ về vùng quê Bình Lục, nơi người ta vẫn "cưỡi trâu đi họp huyện" Cô lại thấy xót thương. Cô thường kể cho chúng tôi nghe rất nhiều về miền quê và gia đình Cô. Miền quê chiêm trũng, ngập quanh năm nhưng có nghị lực phi thường. Giờ đây, khi mọi thứ đã được thay mới, Cô vẫn ngày ngày đến lớp. Là một giáo viên dạy sử nên tính Cô rất nghiêm khắc. Cô luôn dạy chúng tôi phải biết tự phấn đấu vươn lên. Cô thường bảo, lịch sử là cái gốc rễ của một quốc gia dân tộc, khi các em hiểu sử cũng hiểu truyền thống quý báu của ông cha ta, biết mà học hỏi, biết mà phát huy những truyền thống quý báu đó. Theo lời dạy đó, mỗi thế hệ học sinh chúng tôi đều cố gắng trở thành một học sinh ngoan trong mắt Cô.

Đã 27 năm trôi qua với bao thế hệ học trò đến và đi khỏi ngôi trường này, nhưng hình bóng Cô mỗi ngày lên lớp thì vẫn vậy. Những học trò đầu tiên của Cô nay đã đầu hai thứ tóc cũng không sao quên được những lời dạy, những kiến thức mà Cô đã truyền đạt. Cô luôn dạy cách làm sao để hiểu và nhớ về một sự kiện lịch sử lâu nhất. "Chỉ khi các em hiểu rõ nguyên nhân tại sao và giải thích được những sự kiện, những mối ràng buộc đó thì em mới có thể làm tốt một bài lịch sử".

Tôi còn nhớ kỷ niệm về Cô khi còn đang học phổ thông. Là một học sinh chuyên văn, nên tôi rất thích những môn xã hội, đặc biệt là tìm hiểu những kiến thức lịch sử. Khi còn học ở trung học cơ sở tôi đã được nghe những thông tin về Cô với phương pháp dạy hay, là một giáo viên giỏi ở trường. Và khi theo học với Cô, tôi thực sự bị thuyết phục bởi cách giảng dạy ân cần và chu đáo. Trong những giờ giảng, Cô nhấn mạnh đến những sự kiện then chốt nhất, có tính quyết định đến giai đoạn lịch sử đang nghiên cứu. Cô thường dặn chúng tôi: "muốn học được lịch sử thì cần phải biết hệ thống kiến thức, tóm gọn vấn đề lại rồi triển khai thật nhỏ ra. Như vậy, vừa nhớ lâu lại không bị mất ý". Theo lời khuyên của Cô, mỗi chúng tôi đều nhớ rất rõ những vấn đề lịch sử và không hề bỏ sót chút nào khi làm bài kiểm tra.

Không chỉ cho chúng tôi những bài học lịch sử mà Cô còn dạy cách đối nhân xử thế ở đời. Cô cho mỗi chúng tôi biết thế nào là cuộc sống thực tại, nó không màu hồng cũng không trải thảm đỏ mà mỗi trái tim non nớt chúng tôi vẫn hoài tưởng. Cô vẫn ví, cuộc đời như một cuộc chiến đấu chính bản thân mình vậy. Nếu kiên cường thì chúng ta sẽ không bao giờ gục ngã, nhưng chỉ cần sơ xảy, chúng ta có thể đánh đổi cả cuộc đời. Tôi mơ hồ hiểu những gì Cô nói, nhưng đến giờ thì đó lại là bài học đáng giá theo mãi cuộc đời tôi.

5

Cuốn Giáo Án Trái Tim

Đã 10 năm rồi em không gặp lại Thầy, cũng chừng ấy thời gian em vẫn hằng mơ một ngày em được trở lại thời thơ bé với bao kỷ niệm lưu luyến với Thầy Cô và bè bạn. Chiều nay em đi qua khúc sông bạt ngàn hoa lau trắng, những bông lau trắng bời bời như nỗi nhớ của em về Thầy...

Bài học đầu tiên em học ở Thầy là bài giảng lịch sử về Đinh Tiên Hoàng - vị vua tài giỏi đã dẹp loạn 12 sứ quân, đặt nền móng xây dựng độc lập tự chủ của đất nước.Thầy đã kể rất sinh động việc thời nhỏ, Đinh Bộ Lĩnh cùng các bạn chăn trâu lấy bông lau làm cờ, bày trận đánh nhau với trẻ con thôn khác, đánh đâu thắng đó, tất cả đều hàng phục tôn làm "chủ tướng", chéo tay làm kiệu khiêng và cầm hoa lau đi hai bên để rước như vua. Hình ảnh những cành lau trắng đã được Thầy minh họa rất xúc động, trở thành dấu ấn không bao giờ phai nhạt trong em và nhiều lứa học trò chúng em ngày ấy.

Thầy đã giảng cho chúng em biết bao bài học về lịch sử, về tình yêu đất nước và tinh thần kiên cường bất khuất của dân tộc... nhưng có một điều, Thầy chưa bao giờ kể về mình, về cuộc đời quân ngũ của Thầy. Thầy là thương binh, Thầy trở về từ chiến trường và đã để lại nơi ấy một cánh tay. Em nhớ những dòng chữ bằng phấn trắng Thầy viết lên bảng bằng tay trái xiên xiên, chợt thấy cay cay sống mũi...

Hồi đó, món quà mà em và các bạn trong nhóm học sinh giỏi Văn đã tặng Thầy nhân ngày 20-11 là một bó hoa lau trắng. Thầy đã xúc động đến lặng người. Thầy cẩn thận cắm "bó hoa đặc biệt" ấy của chúng em vào một bình hoa được làm bằng gốc tre ngà ở phòng làm việc của Thầy. Rồi Thầy quay lại nói với chúng em giọng xúc động: "Hoa lau trắng nhắc Thầy nhớ mẹ, nhớ những người đồng đội cũ."

Thầy kể, chữ đầu tiên hồi đó Thầy học là chữ 0. Để Thầy dễ nhớ, mẹ Thầy nói nếu khi con nhìn thấy nắng xuyên qua mái nhà của mình, thấy những chấm tròn, đó là chữ 0. Nhà Thầy hồi đó lợp bằng tranh mây. Những gánh tranh mây mà cha Thầy đã lặn lội mang về từ trong rừng sâu, kiên nhẫn gánh đến mấy tháng trời mới đủ làm mái nhà. Người Thầy đầu tiên trong cuộc đời Thầy chính là mẹ Thầy. Những con số đầu tiên Thầy biết cũng từ mẹ. Học đếm từ số 1 đến số 10, rồi cả phép cộng, trừ, nhân, chia cũng bằng những củ khoai, những phần quà của mẹ mỗi buổi chợ chiều cho chị và mấy đứa em. Bài học làm người mẹ cũng dạy Thầy bằng những câu ca dao "Lá lành đùm lá rách", "Ăn xem nồi ngồi xem hướng", "Học ăn học nói học gói học mở",... Chỉ đơn giản là những lời dạy thường ngày, không có cuốn giáo án nào ngoài cuốn giáo án trái tim, tấm lòng yêu thương con hết mực... Câu chuyện kể của Thầy cũng là một bài học Thầy muốn dạy lại cho em, về tình yêu và lòng nhân ái. Có lẽ em nhớ và kính trọng Thầy hơn bởi những điều thật giản dị như thế.

Trong giấc mơ ngập trắng hoa lau, em thấy tuổi thơ mình trở về bình yên, trong trẻo. Em nhớ Thầy nói là mỗi loài hoa đều có một hồn cốt riêng, đều có những giá trị mà chưa có ai viết hết, nói hết. Giờ đây đứng trước triền sông bạt ngàn hoa lau trắng - loài hoa giản dị đã trở thành ký ức thiêng liêng trong em khi nhớ về Thầy, về bài học đầu tiên của Thầy. Trong trái tim em, hình ảnh của Thầy giống như một ngọn núi với những tán cây đủ chở che cho em suốt mùa nắng gắt, cũng là nơi bình yên em muốn trở về mỗi khi lòng mệt nhoài nơi đất khách.

Mùa đông đã về hun hút gió. Ngoài triền sông hoa lau trắng lại bời bời trong gió. "Cây lau có một sức sống bền bỉ và diệu kỳ, dù gió mưa có quất bao nhiêu thì hoa vẫn nở đúng mùa và vẫn trắng đến chênh chao. Con người cần phải kiên trì hơn loài hoa lau ấy...".

Thầy đã dạy em như thế, đến bây giờ em vẫn luôn mang theo bên mình hình ảnh của một màu hoa trắng tinh khiết như những tình cảm mến thương của những Cô cậu học trò dành tặng Thầy Cô giáo...Thầy dạy rằng trái tim không biết thứ tha là một trái tim đã chết, con người không biết tha thứ vẫn chỉ là gỗ đá mà thôi.

6

Điểm Số 10 Thay Cho Điểm 0

Cuối thu, tiết trời lạnh dần. Những chiếc lá cuối cùng cũng trôi theo gió. Bầu trời cao, xanh thẳm, chốc chốc lại gợn lên những làn sóng trắng. Cảnh vật tĩnh lặng lắm! Màn sương tàn nhẫn nhỏ thêm vài giọt trắng xóa, mờ ảo lên sự Cô đơn đang nảy nở trong lòng tôi.

Người ta thường bảo nhau là mưa buồn. Nhưng tôi lại nghĩ, khoảnh khắc này còn hơn thế nữa! Mỗi lúc như vậy, đôi mắt tôi lại vô thức mà nhìn theo bao kỷ niệm thời thơ ấu, bao kỷ niệm thời cắp sách đến trường! Trong số đó, có một câu chuyện mà tôi nhớ nhất. Đó là một lần, tôi đã khiến cho người mà tôi kính trọng, thất vọng!...

Hồi đó, có lẽ là vào lớp 5. Khi ấy, tôi học toán giỏi lắm! Kỳ kiểm tra nào, điểm10 luôn được tay tôi cầm chắc. Thầy toán cưng tôi nhất. Tôi cũng thích toán! Chẳng biết có liên quan gì về yếu tố di truyền không, hay là tôi chỉ đơn thuần thích cái số điểm 10 tròn xoe kia!

Dù sao, tất cả đều chỉ là những suy nghĩ ban đầu! Tôi dần mất đi cái cảm giác yêu thích. Bài tập ngày càng làm tôi chán nản. Ngoài thời gian ở trường, bố mẹ tôi vẫn ngốn cho tôi hàng tấn thứ! Nhiều đến nỗi, đôi lúc, tôi nghĩ là đầu mình sắp sửa nổ tung, như một quả bom hẹn giờ!

Rồi tới một đêm, hôm ấy là chủ nhật. Khi bao đứa trẻ khác đang tận hưởng niềm vui ngày nghỉ, thì tôi lại đang làm cái Công việc thường ngày: cả núi bài tập. Hàng giờ đồng hồ, tôi cứ suy nghĩ, cứ viết, lặp lại theo một trình tự, và hoạt động như một cỗ máy! Xong bài tập của bố mẹ cho, não tôi đã mệt lả, chỉ còn bài tập ở trường. Giở cuốn sách giáo khoa ra, chẳng hiểu nỗi, tôi nhìn thì cứ nhìn, nhưng suy nghĩ thì không! Suy nghĩ của tôi như vừa mới phá vỡ cái xiềng xích của nó, chạy lung tung, rồi nấp đi đâu mất! Tôi mệt lắm rồi! Bỗng nhiên, trong đầu tôi lại nảy ra một ý, mà trước giờ chưa từng xuất hiện: "Nhất thiết phải làm sao? Chắc gì Thầy đã kiểm tra!". Rồi như một phản xạ, ngay lập tức, một ý nghĩ khác chống đối lại: "Nhỡ đâu Thầy kiểm thì sao?", "Lớp nhiều người như thế, chẳng nhẽ lại trúng mình?", "Sao lại không"... Tất cả cứ rối tung lên! Tôi bực tức hét lên một tiếng, trong khi thậm chí tôi cũng không biết mình vừa làm gì! Tôi có đủ thông minh để biết bên nào là đúng. Thế là tôi lại làm bài tiếp. Nhưng cũng chỉ được một lát, sự mệt mỏi lại thống trị cơ thể tôi! Tay tôi bắt đầu viết nguệch ngoạc một cách thiếu tự chủ! Tôi mạnh tay quẳng cây viết đi. Ngã người ra sau, tôi nhìn lên đồng hồ, đã khuya rồi. Mắt tôi như bị rút hết sức lực, đổ sụp xuống. "Muốn ra sao thì ra!"

Cuối cùng thì tôi cũng đã đầu hàng! Tôi nhanh chóng gấp tập vở lại, rồi cuộn tròn trong chăn. Giữa sự ấm áp và cái mê hoặc của giấc ngủ, tôi bất giác lo lắng. Nhưng chỉ trong khoảng khắc, tất cả đã bị vùi lấp... Sáng hôm sau, tôi dậy trễ. Tôi nhanh chóng nhét vài miếng bánh lót dạ rồi đi học. Tới lớp, tôi run người! Tay và trán tôi đẫm mồ hôi. Cái cảm giác lo lắng lại quay trở lại! Tôi thở từng nhịp một như cố gắng lắm. Có đứa bạn quay sang bảo tôi chỉ nó làm bài. Tôi bảo nó nên tự mình làm thì tốt hơn. Nếu như là mọi ngày thì tôi sẽ giúp nó, nhưng hôm nay, ngay cả cái đề tôi còn chưa đọc qua! Sau điểm danh, Thầy bắt đầu sửa bài tập. Tim tôi đập thình thịch theo từng mi-li-mét mà ngón tay Thầy dò trên danh sách lớp. Nhưng bề ngoài, tôi cũng cười cười nói nói, tựa hồ như tự an tâm mình và che giấu đi cái nỗi sợ hãi, cùng tiếng tim đập! Rồi Thầy dừng lại, ngẩng mặt lên và nhìn chằm chằm vào tôi. Thầy nở một nụ cười, và điều đó khiến tôi lạnh sóng lưng: "Em lên làm bài đi!".

Những lời đó như giúp tôi phá vỡ đi cái nỗi sợ hãi bâng quơ cũ, nhưng đem lại một nỗi sợ thật sự. Tôi từ từ đứng dậy. Tôi thú nhận với Thầy tất cả, trong tiếng nấc. Tôi đứng mà cứ cúi gằm mặt xuống, để cho mái tóc che đi đôi mắt cay xè của mình, tôi không dám nhìn mặt Thầy! Hai tay tôi cứ bám chặt vào nhau. Tôi nhìn thấy một giọt nước rơi xuống quyển vở, rồi 2, rồi 3 và một bàn tay đã chai sạn, nhẹ nhàng nhấc quyển vở của tôi lên. Tôi lén lút ngẩng mặt nhìn, tôi thấy Thầy! Thầy trông khác lắm! Khuôn mặt Thầy không để lộ bất kỳ một xúc cảm nào cả. Nhưng tôi đọc được: Thầy đang rất buồn! Rồi Thầy đặt quyển vở xuống, trở lại bục giảng. Thầy lấy bút chì và viết gì đó. Tôi đoán chắc đó là con số 0 đầu tiên của tôi! Suốt tiết, tôi vẫn cứ cúi mặt!...

Tiếng chuông reo lên, các bạn khác ùa ra khỏi lớp như đàn ong vỡ tổ. Riêng tôi, tôi vẫn cứ ngồi đấy, vẫn cứ lặng thinh. Tôi ân hận lắm! Tôi vừa khóc, vừa kéo quyển vở lại, hoàn thành nốt đống bài tập đáng ghét này. Giá như tôi đừng quá chây lười, giá như tôi đã làm bài tập thì tôi đã không khiến Thầy thất vọng! Cái cảm giác khi làm cho người mà mình kính trọng, người đặt cả niềm tin vào mình, là cái cảm giác hết sức tồi tệ! Tôi ước cho Trái Đất ngừng quay, tôi ước cho thời gian ngừng chảy, tôi ước cho đôi mắt trở nên mù lòa, để tôi không phải nhìn thấy vẻ buồn trên khuôn mặt Thầy nữa! Tôi ngửa mặt lên, để cho hai hàng nước mắt chảy xuống đôi bàn tay, để chúng xóa sạch cái tội lỗi... Bỗng, có một bàn tay đưa lên, lau nước mắt cho tôi, một bàn tay chai sạn! Tôi biết một người có bàn tay như thế, Thầy! Thầy đã ngồi bên tôi từ lúc nào. Tôi nghẹn ngào mà nói lời xin lỗi, và tôi lại một lần nữa cúi mặt. Nhưng rồi, bàn tay Thầy đã nâng khuôn mặt của tôi lên, để cho tôi nhìn vào đôi mắt Thầy."Thế em đã làm xong bài tập chưa?", Thầy hỏi. Tôi không trả lời, chỉ biết lẳng lặng gật đầu. Thầy nhoẻn miệng cười, một nụ cười khiến lòng tôi ấm áp, như một cách nói khác của từ: "Tốt lắm!". Thầy lấy một cây bút bi và cuốn sổ điểm ra. Tôi đã suýt nữa ngất xỉu vì hạnh phúc khi nhìn thấy một con mười viết bằng bút chì, ngay chỗ tên tôi. Thầy dùng bút bi đỏ đồ lại con mười ấy, nắn nót. Ngay cả khi tôi khiến Thầy thất vọng, Thầy vẫn luôn đặt niềm tin vào tôi!...

Cũng đã là một khoảng thời gian lâu lắm rồi! Nhưng tất cả vẫn cứ theo tôi mãi. Đó là một bài học dành cho tôi, một bài học rất ý nghĩa. Tôi còn nhớ rõ bàn tay của Thầy, nụ cười của Thầy, và cả con mười băng bút chì kia nữa! Hãy cố gắng đừng làm cho người khác thất vọng. Nếu không, thế giới chỉ là một nấm mồ!...

7
Có Một Người Thầy Dạy Tôi Như Thế

Trò yêu Thầy bởi những bài học mà Thầy đã truyền tải trong mỗi giờ học. Qua những áng văn, những vần thơ, Thầy đã cho trò biết hiểu đời, hiểu người, hiểu chính mình và biết sống đẹp hơn. Giọng Thầy ấm áp, nồng đượm, cách giảng bài rất duyên của Thầy đã khiến mỗi giờ văn bỗng trở nên thú vị hơn. Tất cả các trò dường như bị lôi cuốn, hút mình vào bể kiến thức vô tận của Thầy. Trò thực sự ngưỡng mộ Thầy và mong sao mình có thể lĩnh hội, tiếp nhận hết những gì mà Thầy đã truyền đạt.

Trò yêu Thầy bởi những tính cách rất đặc biệt của Thầy. Các bạn ai cũng bảo: "Thầy mình rất thích khoe". Thầy khoe nhiều lắm, nhưng trò nhớ nhất là Thầy hay khoe về những chị học trò cũ của Thầy vừa xinh, vừa giỏi, lại rất thành đạt. Ban đầu trò luôn khó chịu và thấy sao Thầy kiêu thế. Rồi trò chợt nhận ra, trong lời khoe đó ẩn chứa biết bao niềm vui, niềm tự hào về những thành quả mà Thầy đã vun đắp. Và trò biết rằng, Thầy muốn chính lời khoe đó sẽ trở thành nguồn động lực thôi thúc các trò cố gắng.

Trò yêu Thầy bởi vóc dáng mang đầy chất nghệ sỹ của Thầy. Các chị khóa trước của Thầy vẫn bảo Thầy rất có duyên, trò cũng thấy thế. Đến bây giờ trò vẫn không quên được ngày đầu tiên Thầy bước vào lớp với mái tóc hơi dài, trên đầu đội một chiếc mũ nồi, trông Thầy thật nghệ sỹ, và cả cặp kính Thầy vẫn thường mang theo nữa. Trò thích được nhìn Thầy đeo cặp kính đó ngồi đọc sách, ánh mắt của Thầy xa xăm, đăm chiêu đến khó tả. Có lẽ hình ảnh ấy của Thầy sẽ mãi đậm in và tươi nguyên trong ký ức của trò.

Cuối cùng, không chỉ dừng lại là lòng kính yêu của một học trò dành cho Thầy giáo, mà hơn thế là tình yêu của một người con gửi tới người cha kính yêu. Con thực sự xúc động và luôn thấy ấm áp vô cùng về tình cảm ân cần, sự quan tâm sâu sắc Thầy dành cho các con. Con còn nhớ, mùa đông năm ấy, chân con bị đỏ, ngứa và sưng tấy. Thầy biết và đã chỉ cho con cách ngâm chân vào nước ấm hòa với muối. Mùa đông năm nay đang về, chân con có lẽ sẽ không bị đau nữa, nhưng con mãi không quên bài thuốc đó của Thầy. Bởi đấy không chỉ là một bài thuốc mà còn chứa đựng tình yêu thương của một người cha.

Thầy ơi, Thầy còn buồn nhiều không? Các trò biết đã nhiều lần làm Thầy lo nghĩ, bận lòng. Mỗi lần các trò lười học, trò bỗng nhận ra trên nét mặt Thầy một thoáng nhớ tiếc, âu lo. Nhớ tiếc Thầy dành cho thế hệ học trò hôm qua, âu lo Thầy gửi vào các trò hôm nay. Trò muốn được cùng các bạn nói lời xin lỗi Thầy, các trò sẽ cố gắng nhiều hơn nữa.

Một ngày 20/11 nữa đang đến. Với Thầy ngày này năm nay đã khác, Thầy đã xa bảng đen, phấn trắng và xa biết bao học trò thân thương. Trò cũng không còn ở ngôi trường thân quen, được nghe tiếng Thầy giảng bài, được Thầy quan tâm hay được thấy nét trầm ngâm của Thầy nữa. Vậy nên, phút giây này trò muốn được tiếp nối các chị nói lời kính yêu Thầy, muốn được cùng các bạn của bao thế hệ học trò gửi tới Thầy lời tri ân sâu sắc nhất. Có một người Thầy luôn miệt mài, lặng lẽ, tận tụy suốt đời cho sự nghiệp trồng người. Có một người Thầy luôn chiếm vị trí đặc biệt trong lòng biết bao thế hệ học trò. Đó là Thầy giáo dạy văn của tôi.

8
Chuyến Về Thăm Trường Xưa

Đúng là thời gian trôi qua chẳng chờ đợi ai bao giờ, mới ngày nào còn là một học sinh lớp 7 ngây ngô, bỡ ngỡ, hồn nhiên trong sáng, ấy vậy mà sau 20 năm đã trở thành một người trưởng thành tất bật với bao bộn bề của cuộc sống. Tôi tìm về mái trường xưa đúng dịp kỷ niệm 50 năm thành lập trường, bao cảm xúc ùa về như một làn gió mát thổi qua tâm hồn tôi.

Mái trường Minh Khai đã có nhiều đổi thay khác xưa so với ngôi trường cách đây 20 năm, mọi thứ được nâng cấp, sửa sang, mở rộng và kiến thiết đẹp hơn xưa rất nhiều. Đứng trước sân trường tôi nhìn cánh cổng to cao biển tên đẹp đẽ nhớ về cánh cổng bé hẹp mỗi giờ tan học chen nhau đi qua rồi chợt mỉm cười. Chỉ còn những bóng cây xà cừ đã trở thành cây cổ thụ bao bọc ôm trọn cả sân trường, ngày trước những gốc cây chỉ chưa bằng một vòng tay mà giờ phải hai người ôm mới hết. Các dãy nhà được sơn sửa khang trang, sạch đẹp như vừa mới xây, có thêm cả phòng thí nghiệm, phòng thực hành, trình chiếu.

Dịp kỷ niệm 50 năm thành lập trường được tổ chức rất hoành tráng, cờ hoa và bóng bay rực rỡ khắp trường, mọi học sinh đều tụ hội về như một lời tri ân với mái trường đã rèn giũa chính mình nên người. Gặp lại bạn bè tôi rất vui, ai cũng đều đã thành đạt, Công việc ổn định, nhiều bạn đã lập gia đình và mang cả con đi trông rất hạnh phúc. Những Thầy Cô sau 20 năm gặp lại đã già đi trông thấy, đặc biệt Cô giáo chủ nhiệm lớp 9 vẫn nhớ tôi, còn hỏi tình hình Công việc hiện nay.

Chuyến về thăm trường xưa đã mang lại cho tôi nhiều cảm xúc, tôi như được sống lại những năm tháng học trò với những trang sách, bài thi. Thời gian có trôi đi nhưng những gì là kỉ niệm của tôi dưới mái trường này sẽ mãi mãi còn ở lại.

9

Kỷ Niệm Về Thầy Cô Nhân Dịp 20/11

Dòng thời gian cứ thế trôi. Thấm thoát đã hai mươi năm tôi tốt nghiệp cấp 3. Hôm nay, nhân dịp kỉ niệm 20 năm ngày ra trường, tôi có dịp về thăm ngôi trường cấp 2 xưa. Và đặc biệt vô cùng bởi nó diễn ra sau lễ tổ chức ngày Nhà giáo Việt Nam 20/11. Tôi cũng có dịp chứng kiến những đổi thay của ngôi trường, đặc biệt được gặp gỡ Thầy Cô từng dìu dắt tôi khi xưa.

Ngôi trường ngày 20 tháng 11 thật náo nức và rộn rã với những tiếng nói tiếng cười. Tôi bước vào cổng trường mà cứ ngỡ mình đến một nơi nào xa lạ. Hai mươi năm rồi tôi chưa có dịp về thăm ngôi trường xưa. Ngôi trường đã thay đổi rất nhiều. Những căn nhà cũ nay được sơn lại khang trang rộng rãi. Bên cạnh đó, còn thêm nhiều tòa nhà được xây dựng phục vụ nhu cầu học tập của các bạn học sinh. Nhưng có một thứ vẫn còn mãi, đó là cái hồ nhỏ trước tòa hiệu bộ. Hồ nước trong veo với những hoa sen, hoa súng vô cùng đẹp mắt. Chúng làm tôi nhớ về những ngày tháng bạn bè nô đùa và không ít người chơi dại đẩy nhau xuống hồ vì hồ khá nông. Không biết có Cô cậu học trò nào nghịch ngợm như thế hệ chúng tôi.

Mải chìm trong dòng suy nghĩ, tôi thấy bóng một ai đó quen thật quen. Tôi bước nhanh xuống gọi Cô, Cô ơi. Mái tóc bạc hay những nếp nhăn không khiến tôi quên Cô. Cô là Cô Dung dạy Sinh, người đã dìu dắt tôi ôn đội tuyển trong những năm cuối cấp và ít nhất Cô đã giúp một đứa mờ nhạt như tôi có được chút thành tựu dưới mái trường. Ngỡ ngàng trong cảm xúc nên tôi chỉ mải nhìn Cô. Dường như Cô cũng đang đắm chìm trong suy nghĩ để xem đây là học trò nào của mình. Thầy Cô của chúng ta đã dìu dắt bao thế hệ học trò và đôi khi thật khó để Thầy Cô phải ôm trọn vẹn ký ức. Còn với tôi, Cô của tuổi U50 vẫn mãi trẻ trung như ngày nào. Háo hức vô cùng tôi nói: Em- Hoa đây Cô, em khóa 2006 được Cô ôn thi rồi bám rễ ở nhà Cô suýt thì chuyển tới nhà Cô ở đó! Dường như nhắc về điều đó, là nhắc đến kỉ niệm và gương mặt Cô nở một nụ cười thật tươi.

Hai Cô trò dẫn nhau về ghế đá ngồi. Thật tình cờ là đây cũng là vị trí mà xưa kia Cô hay giảng bài cho tôi do sự đột xuất, bất thình lình khi câu hỏi của học sinh ùa đến. Hai mươi năm rồi chẳng còn bài vở gì cả, chỉ có những câu chuyện về thời gian, về Công việc là không bao giờ chấm dứt. Cô hỏi tôi về Công việc, cuộc sống, nhưng cũng không thể ngăn được khả năng tán dóc quá độ của tôi dù bao nhiêu năm qua đi. Còn tôi thì được Cô tỉ tê kể cho nghe đủ thứ chuyện về gia đình, về trường học, về những Thầy Cô năm xưa. Tôi làm Cô chưa thể trở về nhà nghỉ ngơi mà chỉ bận mở trang ký ức. Hai mươi năm rồi vẫn là Cô và tôi ngồi đây, nhưng bài học của bây giờ là bài học của tình cảm mà Cô gửi đến tôi.

Tôi chưa bao giờ thấy mình đã vô tâm như vậy, vô tâm vì trong những năm trước đó đã chỉ mải mê với cuộc sống bề bộn ngoài kia mà quên đi những yêu thương được trao bởi Thầy Cô. Giọng nói, ánh nhìn và cả những câu chuyện của Cô, tất cả đều khiến tôi chìm mình trong cảm xúc.

Đến lúc phải chia tay Cô, tôi đã ôm Cô thật chặt. Xưa là Cô ôm tôi để động viên, còn tôi ôm Cô để tạm biệt, để cảm ơn và gửi gắm yêu thương. Cũng thật đáng trách vì tôi đã quên một bó hoa đẹp để dành cho người Thầy xinh đẹp của mình trong một ngày đặc biệt. Nhưng tôi hiểu, với Thầy Cô, bó hoa, món quà đẹp nhất là những thành tựu của học trò.

Ngày Nhà giáo có lẽ không chỉ là ngày của riêng giáo viên. Khi tờ lịch chuyển đến 20/11, lòng tôi lại hiểu đây là ngày của yêu thương và của ký ức. Sẽ có bao dịp 20/11 rồi hai mươi năm như vậy để tôi thăm lại trường xưa? Để tôi được tiếp tục làm đứa trẻ bên Thầy Cô yêu thương?

10

Bài Học Về Lỗi Lầm Và Sự Bao Dung

"Đại dương lớn bởi dung nạp trăm sông, con người lớn bởi rộng lòng bao dung cả những điều lầm lỗi". Đó là bài học đầu tiên tôi học được từ Cô giáo của mình và cho đến tận bây giờ, những kỉ niệm yêu thương về Cô giáo đầu tiên vẫn còn in đậm trong tâm trí của tôi!

Ngày ấy tôi mới vào học lớp 1. Cô giáo của tôi cao, gầy, mái tóc không mướt xanh mà lốm đốm nhiều sợi bạc, Cô ăn mặc giản dị nhưng lịch thiệp, ấn tượng nhất ở Cô là đôi mắt sáng, nghiêm nghị mà dịu dàng. Cái nhìn vừa yêu thương vừa như dò hỏi của Cô cho đến bây giờ tôi vẫn chẳng thể nào quên…

Hôm ấy là ngày thứ bảy. Bạn Mai có một chiếc bút máy mới màu trắng sọc vàng với hàng chữ "My pen" lấp lánh và những bông hoa nhỏ xíu tinh xảo ẩn nấp kín đáo mà duyên dáng ở cổ bút. Tôi nhìn cây bút một cách thèm thuồng, thầm ao ước được cầm nó trong tay…

Đến giờ ra chơi, tôi một mình coi lớp, không thể cưỡng lại ý thích của mình, tôi mở cặp của Mai, ngắm nghía cây bút, đặt vào chỗ cũ rồi chẳng hiểu vì sao tôi bỗng không muốn trả lại nữa. Tôi muốn được nhìn thấy nó hàng ngày, được tự mình sở hữu nó, được thấy nó trong cặp của chính mình…

Hết giờ ra chơi, các bạn chạy vào lớp, Mai lập tức mở cặp và khóc oà lên khi thấy chiếc bút đã không cánh mà bay! Cả lớp xôn xao, bạn thì lục tung sách vở, bạn lục ngăn bàn, có bạn bò cả xuống gầm bàn ngó nghiêng xem chiếc bút có bị rơi xuống đất không…Đúng lúc đó, Cô giáo của chúng tôi vào lớp! Sau khi nghe bạn lớp trưởng báo cáo và nghe Mai kể chi tiết về chiếc bút: nào là nó màu gì, có chữ gì, có điểm gì đặc biệt, ai cho, để ở đâu, mất vào lúc nào…Cô yên lặng ngồi xuống ghế. Lớp trưởng nhanh nhảu đề nghị:

-Cô cho xét cặp lớp mình đi Cô ạ!

Cô hình như không nghe thấy lời nó nói, chỉ chậm rãi hỏi:

-Ra chơi hôm nay ai ở lại coi lớp?

Cả lớp nhìn tôi, vài giọng nói đề nghị xét cặp của tôi, những cái nhìn dò hỏi, nghi ngờ, tôi thấy tay mình run bắn, mặt nóng ran như có trăm ngàn con kiến đang bò trên má. Cô giáo tôi nổi tiếng là nghiêm khắc nhất trường, chỉ một cái gật đầu của Cô lúc này, cái cặp bé nhỏ của tôi sẽ được mở tung ra…Bạn bè sẽ thấy hết, sẽ chê cười, sẽ chẳng còn ai chơi cùng tôi nữa…Tôi sợ hãi, ân hận, xấu hổ, bẽ bàng…Tôi oà khóc, tôi muốn được xin lỗi Cô và các bạn…Bỗng Cô giáo của tôi yêu cầu cả lớp im lặng, Cô hứa thứ hai sẽ giải quyết tiếp, giờ học lặng lẽ trôi qua...

Sáng thứ hai, sau giờ chào cờ, Cô bước vào lớp, gật đầu ra hiệu cho chúng tôi ngồi xuống. Cô nhẹ nhàng đến bên Mai và bảo:

-Hôm thứ bảy bác bảo vệ có đưa cho Cô cây bút và nói rằng bác nhặt được khi đi đóng khoá cửa lớp mình, có phải là cây bút của em không?

Mai cầm cây bút, nó sung sướng nhận là của mình, Cô dặn dò cả lớp phải giữ gìn dụng cụ học tập cẩn thận, giờ học trôi qua êm ả, nhẹ nhàng...Ra chơi hôm ấy, các bạn lại ríu rít bên tôi như muốn bù lại sự lạnh nhạt hôm trước. Chỉ riêng tôi là biết rõ cây bút thật của Mai hiện ở nơi đâu...

Sau đó, vài ngày Cô có gặp riêng tôi, Cô không trách móc cũng không giảng giải gì nhiều. Cô nhìn tôi bằng cái nhìn bao dung và thông cảm, Cô biết lỗi lầm của tôi chỉ là sự dại dột nhất thời nên đã có cách ứng xử riêng để giúp tôi không bị bạn bè khinh thường, coi rẻ...

Năm tháng qua đi, bí mật về cây bút vẫn chỉ có mình tôi và Cô biết. Nhưng hôm nay, nhân ngày 20/11, tôi tự thấy mình đã đủ can đảm kể lại câu chuyện của chính mình như là một cách thể hiện lòng biết ơn và kính trọng đối với người đã dạy tôi bài học về sự bao dung và cách ứng xử tế nhị trong cuộc sống.

Giờ đây tôi đã lớn, đã biết cân nhắc đúng sai trước mỗi việc mình làm, tôi vẫn nhớ về bài học thuở thiếu thời mà Cô đã dạy: Bài học về lỗi lầm và sự bao dung! Và có lẽ trong suốt cả cuộc đời mình, tôi sẽ chẳng lúc nào nguôi nỗi nhớ về Cô như nhớ về *một con người có tấm lòng cao cả!*

11

Người Thầy Và Những Tờ Tiền Cũ

900.000 đồng, nó cứ mân mê những đồng 10.000 đã cũ mà thèm một góc không có ai để khóc.

Cuối cùng nó cũng đậu đại học. Người đầu tiên nó muốn thông báo tin quan trọng ấy không phải là ba hay mẹ nó mà là người Thầy kính yêu của nó…

Nhà nó nghèo, lại đông anh em, quê nó cũng nghèo nên từ lâu chẳng có mấy ai dám nghĩ đến chuyện cho con vào đại học. Ba mẹ nó cũng vậy, phần vì quá nghèo, phần là vì nghĩ đến điều kiện của con mình "làm sao mà chọi với người ta"!… Thầy là người duy nhất ủng hộ nó, cho nó niềm tin rằng "mình có thể".

Vui mừng chẳng được bao lâu, bao nhiêu lo lắng tràn về vây lấy nó… Năm năm trời, hàng trăm thứ tiền như bầy ong vo ve trong đầu nó.

Rồi Thầy đến mang cho nó một lô sách, vở mà nó đoán là những bài học "nhân-lễ-nghĩa" của Thầy, dúi vào tay nó một gói nhỏ mà Thầy bảo là "bí kíp" rồi dặn chỉ lúc nào khó khăn nhất mới được mở ra. Nó đã không "cảnh giác" thừa. Gói "bí kíp" mà lúc nhận từ tay Thầy nó đã ngờ ngợ là một xấp những tờ tiền 10.000đ bọc trong hai lớp nilon cũ kỹ, những tờ tiền được vuốt phẳng phiu phần nhiều đã nhàu nát mà nó tin rằng Thầy đã để dành từ lâu lắm! 900.000 đồng, nó cứ mân mê những đồng 10.000 đã cũ mà thèm một góc không có ai để khóc.

Đã hai năm kể từ cái ngày Thầy lặn lội lên Sài Gòn thăm nó, dúi vào tay nó những đồng 10.000 nhọc nhằn rồi lại vội vã trở về. Sau đó Thầy chuyển Công tác. Hai năm, thỉnh thoảng nó vẫn nhận được những đồng 10.000 của Thầy (lạ thay, lại vào những lúc tưởng chừng như nó bế tắc nhất!)… Hai năm, nó vẫn chưa một lần về thăm Thầy.

Trưa, mới đi học về, mẹ điện lên báo: "Thầy H. mất rồi!". Nó chỉ lắp bắp hỏi được ba chữ: "Sao Thầy mất?", rồi sụp xuống khi mẹ cũng nghèn nghẹn ở đầu dây bên kia: "Thầy bệnh lâu rồi mà không ai biết. Ngày đưa Thầy vào viện, bác sĩ chụp hình mới biết Thầy đã hư hết lục phủ ngũ tạng rồi, chưa ai kịp đi thăm thì Thầy đã…".

Nó bỏ hết mọi sự leo lên xe đò. Trong cái nóng ban trưa hầm hập với cơn say xe mệt mỏi, nó thấy Thầy hiền hậu đến bên nó, dúi vào đôi tay nóng hổi của nó những tờ 10.000 đồng lấp lánh… Đến bây giờ nó mới để ý thấy Thầy đã xanh xao lắm, bàn tay tài hoa khéo léo ngày xưa đã gân guốc lên nhiều lắm… Nó chợt tỉnh, nước mắt lại lăn dài trên má, trái tim nó gào lên nức nở: "Thầy ơi… sao không đợi con về…!?".

Vì nó cứ đinh ninh: nếu đổi những đồng 10.000 kia thành thuốc, Thầy sẽ sống cho đến khi nó kịp trở về.

Giáo thọ T.N. Giới Hương đứng chính giữa, ngay tấm bảng và tặng sách cho các Ni sinh khoa Hoằng Pháp, ngày 18/8/2023

12
Ông Giáo Và Tách Cafe

Một nhóm sinh viên giờ đã thành đạt trong Công việc cùng nhau về thăm Thầy giáo cũ. Cuộc nói chuyện nhanh chóng được chuyển sang những vấn đề trong cuộc sống và Công việc…

Muốn mời những học trò cũ uống cà phê, ông giáo vào bếp và quay lại với rất nhiều cà phê đựng trong những chiếc cốc khác nhau: cái bằng sứ, cái bằng nhựa, cái bằng thuỷ tinh, cái bằng pha lê, một số trông rất đơn giản, số khác lại có vẻ đắt tiền, vài cái được chế tác rất tinh xảo…

Khi tất cả mọi người đều đã cầm cốc cà phê trong tay, ông giáo nhẹ nhàng lên tiếng: "Không biết các trò có chú ý không, nhưng những chiếc cốc trông đẹp đẽ, đắt tiền luôn được lựa chọn trước, để lại những cái trông đơn giản và rẻ tiền.

Mặc dù rất đơn giản và dễ hiểu khi các trò muốn điều tốt đẹp nhất cho bản thân nhưng đó cũng là nguồn gốc, nguyên nhân của mọi vấn đề căng thẳng của các trò.

Một điều chắc chắn rằng cái cốc không phải là thứ quyết định chất lượng của cà phê đựng bên trong. Một số trường hợp, nó chỉ đơn giản là cái vỏ đắt tiền hơn và một số khác thậm chí che giấu cái mà nó đang chứa đựng.

Điều các trò thực sự muốn là cà phê chứ không phải cái cốc, nhưng các trò vẫn có ý thức lựa chọn cái cốc tốt nhất. Sau đó các trò mới để mắt đến những cái cốc khác.

Cũng như vậy, cuộc sống của chúng ta là cà phê, Công việc, tiền bạc và vị trí xã hội là những cái cốc. Chúng chẳng qua chỉ bao bọc lấy cuộc sống. Và loại cốc mà trò có không làm nên cũng như không thay đổi cuộc đời mà trò đang sống…".

Đôi khi, chúng ta chỉ quan tâm đến cốc mà quên thưởng thức thứ cà phê ông trời đã ban tặng cho chúng ta. Người hạnh phúc nhất không phải là người có những thứ tốt nhất mà là người biết biến những thứ mình đang có thành thứ tốt nhất.

13

Dù Thầy Không Phải Là Cha

Hồi đó tôi chỉ là cậu bé 6 tuổi sống cùng cha mẹ ở Los

Angeles. Cha tôi là Thầy giáo, ông dạy môn văn tại một trường trung học.

Một buổi chiều cha trở về, mặt đầy phiền muộn. Ngồi vào bàn ăn ông chẳng nói lấy một câu, mẹ lựa lời hỏi: "Ở trường xảy ra chuyện à?". Trầm ngâm một lúc, ông khẽ trả lời: "Cậu David ở lớp anh bị bắt vì mang cocain vào trường… Trước kia nó là một đứa ngoan, tại sao nay lại đổ đốn như vậy…".

Ghen tị vì bị người khác chia sẻ tình cảm nên tôi đã thốt ra một câu mà bây giờ nhớ lại tôi vẫn còn hổ thẹn: "Anh ấy đâu phải là con của bố mà bố rầu rĩ thế?". Ông quay sang nhìn tôi, ánh mắt thật nghiêm khắc: "Con không được nói như vậy… Bố thấy bất lực vì không làm tốt vai trò của mình, những điều tốt lành từ chữ nghĩa văn chương bố đã truyền trao cho học sinh đã không có tác dụng…".

Rồi giọng ông trầm xuống như tự nói với bản thân: "David không còn mẹ, bố David làm việc ở nước ngoài, chỉ thỉnh thoảng mới ghé thăm David; cho nên David thiếu tình thương… Năm nay là năm học cuối, không ai bảo lãnh cho David, nguy mất…". Sáng hôm sau, khi tôi thức dậy ông đã đi rồi. Mẹ bảo: "Bố đến đồn cảnh sát".

Năm năm sau cha bị tai nạn giao thông, ông ra đi không một lời trăn trối. Trong đám tang của ông có một người thanh niên lạ mặc bộ vest đen lịch sự. Anh nói lời chia buồn và tự giới thiệu với mẹ: "Em là David, học trò cũ của Thầy George, em vừa từ New York bay về". Tôi còn được biết David tốt nghiệp MIT hạng ưu và được tuyển dụng vào một Công ty viễn thông lớn.

14
Lời Thầy Dạy Thuở Ấy

Thầy dạy rằng trái tim không biết thứ tha là một trái tim đã chết, con người không biết tha thứ vẫn chỉ là gỗ đá mà thôi.

Gửi những người chèo đò mải miết giữa sông xưa.

Gửi Thầy con, người mải miết chèo lái những dòng đời xuôi ngược…

Con còn nhớ rõ hình bóng Thầy trên bục giảng năm ấy. Mái tóc pha hơi sương, chiếc cặp sách cũ, nụ cười hằn những vết chân chim đượm màu thời gian đã theo chúng con đi hết những năm tháng cuối của thuở học trò có lớn mà không có khôn…

Bụi phấn rơi rơi theo từng dòng Thầy viết, rơi vào cả tâm hồn non nớt chúng con những bài học về cuộc đời. Thuở ấy, chúng con nào biết làm người phải có lấy một ước mơ, dù giản dị, nhỏ nhoi hay cao sang to lớn. Chiếc bảng đen, từng trang giấy trắng, những lời giảng dạy của Thầy chính là đoạn đường dài dẫn chúng con với những ước mơ đầu tiên ấy!

Thuở ấy, chúng con nào biết cuộc đời chỉ có những bà tiên và ông bụt, rằng Lý Thông, mụ dì ghẻ, hay quỷ dữ chỉ có trong truyện mà thôi… Cuộc đời này vẫn luôn là một bài toán khó, mà đi hết cả quãng đường dài chúng ta mới nhận ra chẳng có lời giải nào tốt hơn ngoài hai từ "trải nghiệm". Thầy dạy rằng bước vào đời chúng con cần có một đôi mắt sáng và một trái tim biết yêu thương, để đối tốt với những người ngay và tránh xa những toan tính, bon chen của những kẻ độc ác.

Thuở ấy, chúng con nào biết "tha thứ" là một động từ đẹp nhất chỉ sau "yêu". Thầy dạy chúng con đừng quay lưng với những người đã nhận lỗi, đừng mang ngõ cụt đến cho những người đã biết mình sai, đừng nhẫn tâm với những người đã biết quay lại… Thầy dạy rằng trái tim không biết thứ tha là một trái tim đã chết, con người không biết tha thứ vẫn chỉ là gỗ đá mà thôi.

Thuở ấy, chúng con nào biết cậu bạn kia lấm lem bùn đất chỉ vì giúp ba cày thêm ruộng lúa, đâu biết Cô bạn thỉnh thoảng ngủ gật trong lớp kia tối qua thức khuya trông em cho mẹ ốm, đâu biết cậu bạn bên cạnh mình có người thân bệnh nặng nên bỏ học thường xuyên…Chúng con vẫn chỉ là những đứa trẻ ngây thơ nhìn cuộc đời bằng một ánh nhìn như vốn dĩ, mà vô tình lãng quên đi đằng sau nó có thể là cả một câu chuyện dài. Thầy dạy chúng con hãy biết để ý và chăm sóc đến những người xung quanh, hãy biết trân trọng những điều tưởng như rất bình thường nhưng vô cùng quý giá. Bởi có một ngày, yêu thương cũng có thể là quá muộn… khi mà hợt hời và vô tâm đã bỏ xa khoảng cách giữa những con người.

Thuở ấy, chúng con nào biết cuộc đời luôn là những vòng quanh. Những khúc gập, những quanh co, những thác ghềnh luôn là một phần không thể thiếu. Đừng mơ tưởng về cuộc đời là một đường thẳng… Nếu cuộc đời con không có những khúc ngoặt, hiển nhiên nó đã vô nghĩa đi rất nhiều rồi. Thầy còn dạy chúng con phải biết ngẩng đầu trước thất bại, đừng dừng lại khi phía trước còn nhiều lắm những chông gai… Quá nửa cuộc đời con đã sống như lời Thầy dạy, con lớn thêm một chút rồi, Thầy ơi…

Dẫu Đông dài, Hạ trắng, nắng gắt hay mưa giông…

Những người chèo đò vẫn mải miết qua sông đưa khách…

Dẫu gió lạnh, đèn khuya, lưng áo mỏng…

Thầy tôi trăng hắt những đêm kia, vẫn mải miết chèo đò…

Ni sư T.N. Giới Hương trong lớp Anh Văn Phật Pháp, ngày 11/08/2018

15

Bài Giảng Của Thầy Đánh Thắng Cả Mùa Nước Lũ

Tôi sinh ra ở làng quê nhỏ. Ngôi trường tiểu học của tôi cũng là trường làng bé lắm. Ngôi trường ấy ngày ngày chào đón các em học sinh nghèo tay lấm chân trần. Vâng, trường tôi nghèo lắm. Nhưng ở nơi đó tôi đã tìm thấy nhiều niềm vui và những kỉ niệm về người Thầy thân thương với lòng biết ơn sâu sắc.

Đã hơn 10 năm nhưng hình ảnh và lời nói của Thầy vẫn luôn hằn sâu trong ký ức tôi. Đó là năm học lớp 5, tôi được chuyển sang học lớp mới. Ngày đầu đi học tôi đứng rụt rè ở cửa lớp vì e sợ Thầy, bạn không quen. Thầy nhìn thấy tôi và hỏi han ân cần. Nhìn ánh mắt trìu mến và cầm bàn tay ấm áp của Thầy, tôi bước vào lớp trong sự yên tâm lạ thường.

Từ lần đầu được gặp Thầy rồi được Thầy dạy dỗ, tôi càng hiểu và thấy yêu quý Thầy nhiều hơn. Với Thầy, tôi có thể diễn tả bằng hai từ "yêu thương" và "tận tụy". Thầy tận tụy trong từng bài giảng, từng giờ đến lớp. Cả những ngày nóng bức hay những ngày mưa, Thầy đều đến lớp để mang cho chúng tôi nhiều điều mới lạ.

Tôi nhớ đến mùa nước nổi, khắp đường xá, trường học đều đầy nước. Thế mà Thầy trò chúng tôi vẫn đến lớp đều đặn, học bì bõm trong nước thế mà vui đến lạ. Những bài giảng của Thầy dường như "đánh thắng" cả mùa nước lũ.

Khi không đến lớp, Thầy lặn lội đến nhà các học sinh để tìm hiểu hoàn cảnh gia đình và tạo điều kiện tốt hơn để chúng tôi yên tâm ngày hai buổi đến trường. Thầy tôi là như thế, Thầy tận tụy với nghề, yêu thương tất cả học sinh. Tôi đã từng được đến chơi nhà Thầy – một ngôi nhà mái lá đơn sơ nhưng gọn gàng, sạch sẽ. Căn nhà bé nhỏ ấy chứa đựng tấm lòng yêu thương bao la của Thầy tôi.

Hơn cả một người Thầy dạy chữ, Thầy còn dạy chúng tôi biết bao điều trong cuộc sống. Thầy luôn nhắc nhở chúng tôi cố gắng học tập, không khuất phục cái nghèo. Thầy vẫn tin rằng các học trò của Thầy sẽ xây dựng một tương lai tươi sáng hơn. Niềm tin của Thầy truyền sang niềm tin của chúng tôi – những đứa học trò nghèo chan chứa bao nhiêu là ước mơ và hoài bão. Những lời dạy dỗ của Thầy đã theo tôi trong suốt những tháng năm dài.

Riêng với tôi, tôi vẫn nhớ mãi những lần được Thầy đưa đến trường. Con đường đá đến trường đã thấm biết bao giọt mồ hôi của Thầy tôi. Tôi không sao quên được hình ảnh Thầy với chiếc xe đạp cũ kĩ cứ kêu "kót két" theo từng vòng quay. Thế mà chỉ cần ngồi sau lưng Thầy, con đường dài dường như ngắn lại; cái nóng của buổi trưa nắng gắt dường như cũng mát dịu hẳn đi. Nhìn lưng Thầy ướt đẫm mồi hôi mà miệng vẫn vui cười. Ôi! Sao mà nhớ Thầy đến thế!

Trên con đường dài với lắm gập ghềnh, Thầy và tôi cùng nhau trò chuyện nhiều điều thú vị. Bất chợt tôi cảm thấy Thầy thật gần gũi và thân thiết như một người bạn lớn. Có lần Thầy hỏi tôi rằng: "Nếu chỉ được đi qua một lần trên con đường đầy hoa dại, con sẽ chọn một bông hoa nào con cho là đẹp nhất?!".

Lúc bé thơ ấy tôi nào hiểu những gì Thầy muốn nói, chỉ khẽ cười rồi im lặng. Rồi Thầy bảo rằng "trên đường con đi sau này sẽ có nhiều "bông hoa" như thế. Con đừng đợi phải đi hết quãng đường, hãy nắm lấy cơ hội để con có thể tiến xa hơn". Và khi đó tôi mới hiểu điều Thầy muốn nói, lời nói của Thầy đã cổ vũ tôi đủ can đảm bước xa làng quê bé nhỏ để lên thành phố học tốt hơn. Đúng là Thầy tôi, lời khuyên nhủ thật nhẹ nhàng nhưng sâu sắc và làm người ta yên lòng lắm.

Đến hôm nay, tôi bỗng nhớ lại những câu chuyện của người Thầy năm xưa. Thầm cảm ơn Thầy về những gì tốt đẹp Thầy đã dành cho tôi. Đó là những lời dạy dỗ quý báu cổ vũ tôi trong những tháng năm dài. Gần 10 năm nay ít có dịp về thăm Thầy cũ. Ngôi trường làng ngày xưa đã tàn phai ít nhiều. Mỗi lần về thăm lại thấy mái tóc Thầy tôi bạc trắng nhiều hơn. Nhưng dù thời gian có trôi qua bao nhiêu, tấm lòng Thầy vẫn như thế, vẫn tận tụy và đầy yêu thương.

Đối với tôi, "người Thầy năm xưa" là biểu tượng của một Nhà giáo Việt Nam ưu tú. Ở Thầy tôi là sự hy sinh cao cả xuất phát từ lòng yêu nghề, yêu trẻ. Đến hôm nay, trong lòng tôi vẫn mãi mãi kính trọng và biết ơn người Thầy giáo năm xưa đã hấp dẫn chúng tôi lội bì bõm, ***"đánh thắng"*** cả mùa nước lũ để đến lớp trong mùa nước nổi.

16

Truyền Đạt Kiến Thức Và Tri Thức Cuộc Sống

Lâu rồi, tôi có cơ hội quay lại ngôi trường cũ. Mọi thứ vẫn giữ nguyên, sân trường xanh mướt dưới bóng cây và những chiếc ghế đá vẫn ở đó. Tiếng cười hòa quyện với tiếng Cô giáo giảng bài trong lớp và ánh mắt tinh nghịch của học trò khiến tôi nhớ về những thời kỳ đã qua. Tiếng trống báo hiệu giờ nghỉ, mọi người tranh thủ ra ngoài chơi.

Tôi nhớ về Cô giáo từ thời còn học. Cô giáo luôn xuất hiện với trang phục gọn gàng, mặt lúc nào cũng trầm mặc. Cô giáo đã trở lại trường từ khi nơi đây chỉ có mái lá đơn sơ. Dù ngày mưa hay ngày nắng, Cô vẫn đạp chiếc xe Thống Nhất đã bạc màu đến trường. Có những ngày mưa gió mạnh, nhưng Cô vẫn đến lớp để không làm học sinh phải chờ đợi. Thậm chí khi nước ngập, Cô vẫn tiếp tục đạp xe, đến lớp cả Thầy lẫn trò đều ướt đẫm. Phòng học bị hỏng hóc, không thể học.

Trong những ngày mưa như vậy, Cô thường nhớ đến quê hương Bình Lục, nơi mà người dân vẫn "cưỡi trâu đi họp huyện". Cô cảm thấy thương cảm cho họ. Cô thường kể cho học sinh nghe về quê hương và gia đình của mình. Quê hương là một vùng chiêm trũng, ngập nước suốt năm, nhưng những người dân ở đó vẫn có tinh thần và sức mạnh phi thường. Trong những ngày mưa gió như vậy, Cô nhớ về quê hương và gia đình mình.

Cô luôn giữ nguyên tinh thần của một giáo viên truyền thống. Cô dạy chúng tôi cách tự phấn đấu và không bao giờ từ bỏ. Cô thường nói lịch sử là nền móng của một quốc gia và nếu chúng ta hiểu về lịch sử thì chúng ta cũng hiểu về truyền thống và quá khứ của quốc gia đó. Giọng Cô nhẹ nhàng giảng bài một cách dễ hiểu và đôi khi Cô dừng lại để chúng tôi suy ngẫm. Cô không thể biết được rằng những thế hệ học sinh đó sẽ luôn nhớ Công lao của Cô suốt đời.

Đã 27 năm trôi qua và nhiều thế hệ học sinh đã tới và đi khỏi ngôi trường này. Nhưng hình bóng của Cô giáo vẫn còn đọng mãi trong tâm hồn của chúng tôi. Cô giáo đã ***truyền đạt kiến thức và cả tri thức cuộc sống***. Cô đã dạy chúng tôi cách tự phấn đấu và không bao giờ từ bỏ. Cô đã giúp chúng tôi hiểu về lịch sử và truyền thống của quê hương. Cô đã giúp chúng tôi trở thành những học sinh xuất sắc.

17
Thầy Đã Ra Đi

Những buổi chiều mưa trong mùa hạ đưa theo mùi đất ẩm mốc nồng nàn mà không thể làm dịu đi cái nắng gay gắt của mùa hè. Những bông bằng lăng tím trước cửa bị ướt sũng, cành cây trở nên nặng nề và uốn cong đầu xuống.

Những buổi chiều mưa như thế, từ bên trong nhà, tôi nhìn ra ngoài thấy phố vắng vẻ. Những người đi đường đang vội vã tìm nơi trú ẩn hoặc che mình dưới một cái áo mưa tiện lợi mới mua. Trong lòng tôi, những ký ức về một mùa mưa nhiều năm trước trỗi dậy, những ký ức liên quan đến trường học, lớp học và những kỷ niệm về một buổi chiều mưa đột ngột trở về, như một đoạn phim chậm. Đó là một thời kỳ xa xăm và quý báu.

Tôi còn nhớ rằng năm đó, tôi mới bước vào lớp sáu và trường học là một thế giới mới đầy lạ lẫm và thách thức. Thầy giáo dạy Toán của tôi có tên là Thầy Hùng. Không giống như các Thầy giáo khác, Thầy Hùng không cao lớn và uy nghiêm, mà Thầy có dáng vẻ khiêm tốn, lưng vòm, đầu hơi hói và đôi mắt sáng lấp lánh với ánh nhìn ấm áp và trìu mến.

Thỉnh thoảng, tôi có thể thấy một chút nỗi buồn ẩn sau đôi mắt ấy, nằm sâu bên trong, chỉ hiện lên trong những khoảnh khắc Thầy nhìn xa xăm vào khoảng không. Giọng điệu của Thầy lúc nào cũng trầm ấm và truyền cảm, khiến cho bất kỳ ai nghe Thầy giảng cũng nghĩ rằng đang ở trong một buổi học về Văn.

Thầy dễ thương và giản dị, luôn mặc chiếc quần đen kèm áo nâu đã sờn nhưng vẫn luôn gọn gàng và sạch sẽ. Dù nét chữ của

Toàn cảnh hội trường Tăng Ni sinh
của Khoa Anh Văn Phật Pháp ngày 20/12/2018

Thầy thường dùng chiếc xe máy cũ để đến trường, dù đó là một chiếc xe đã lỗi thời. Thỉnh thoảng, tôi thấy Thầy đang chạy xe đến trường, thì bỗng nhiên xe chết máy thất thường và Thầy phải dắt một quãng đường khá xa để đến tiệm sửa xe máy. Những lúc đó, chúng tôi đến hỏi Thầy về tình trạng của chiếc xe và Thầy luôn chỉ cười và nói: "Xe của Thầy lại dở chứng ấy mà!"

Nghe nói nhà Thầy ở rất xa tận ở ngoại ô thị trấn và vợ của Thầy bán trái cây ở chợ huyện. Vì vậy, chúng tôi thỉnh thoảng có thể thấy Thầy trên chiếc xe máy cà tàng đó, chở từng thùng trái cây để giao hàng cho vợ Thầy. Có những đứa trò chào Thầy, có đứa hét to để gọi Thầy và Thầy luôn cười hoặc vẫy tay chào trả lời.

Năm đó, vào những ngày gần đến kỳ thi cuối học kì, trời có mưa to và lũ lớn. Ba mẹ khuyên tôi nên ở nhà vì thời tiết xấu, nhưng tôi vẫn giữ vững quyết định của mình, đòi đi học. Cả lớp học của chúng tôi đã nghỉ học hơn một nửa, chỉ còn vài giáo viên đến lớp. Tôi vẫn rất mong Thầy Hùng sẽ đến dạy, nhưng thật bất ngờ, Thầy Hùng không xuất hiện.

Lúc đó, lớp phó chạy đến và bảo: "Các bạn ơi, Thầy Hùng bị ốm nên không thể đến lớp được. Thầy ấy vào viện hôm qua, lý do là vì bị đột quỵ và đã mất." Tai tôi cứ như đang nghe tiếng sét đánh, tôi la lên rằng tôi không tin là Thầy đã ra đi, không tin rằng tôi sẽ không bao giờ gặp lại Thầy nữa!

Chân tôi trở nên nặng nề và xung quanh, tiếng khóc của các bạn trong lớp tràn ngập không gian như hàng nghìn con ong vo ve trong đầu tôi.

18
Thầy Ơi!

Trời đã cuối Thu sắp sang Đông, những cơn gió lạnh cứ thi nhau kéo về lạnh lùng làm những chiếc lá bàng cuối cùng cũng dần xa cây. Sân trường thật buồn và vắng lặng. Tiếng lá bàng khô xào xạc hòa với tiếng gió lạnh rít khe khẽ trên những cành cây khẳng khiu trụi lá. Nắng thu vàng vọt yếu ớt xuyên qua những ngọn cây phượng vĩ làm những chú chim non khẽ trở mình vỗ cánh bay vào không gian vắng.

Vào một buổi sáng buồn như thế cách đây ba năm, một tin buồn đã đến với chúng tôi. Cô giáo dạy văn tất tả chạy tới báo cho chúng tôi biết Thầy chủ nhiệm và cũng là Thầy dạy môn toán của chúng tôi không còn nữa.

Cả lớp bỗng lặng im, không khí ngột ngạt thật khó tả. Không ai tin vào tai mình nữa. Nhiều đứa cố gắng hỏi lại lần nữa xem đó có phải là sự thật không. Lớp học như rơi vào khoảng không vô tận khi Cô giáo khẳng định lại lần nữa. Cô nói "Thầy chủ nhiệm của các em bị ung thư phổi giai đoạn cuối nên..." tai tôi như ù đi không nghe thấy gì nữa.

Một tuần rồi Thầy không tới lớp. Mấy Thầy dạy thay có nói Thầy bị bệnh phải vào bệnh viện. Chiều hôm thứ 5 tuần đó nhóm chúng tôi đến thăm Thầy. Thầy nằm trên giường bệnh, thấy chúng tôi tới Thầy gắng ngồi dậy với giọng vui vẻ nhưng ẩn chứa đầy sự mệt mỏi Thầy hỏi:

Mấy đứa đến thăm Thầy đấy à?

Dạ, chúng em chào Thầy ạ. Chúng tôi lí nhí.

Nhìn Thầy mà mắt người nào cũng nhòa đi, mới một tuần thôi mà Thầy xanh xao quá, người Thầy sọp đi duy chỉ có đôi mắt vẫn sáng đến lạ. Chính đôi mắt đó đã truyền cho chúng tôi những hoài bão về tương lai, tiếp thêm nghị lực cho chúng tôi trong cuộc sống và chỉ cho chúng tôi con đường mà từ đó chúng tôi có thể chạm vào được ước mơ của mình qua từng bài giảng của Thầy.

Hình như Thầy đoán được những suy nghĩ của chúng tôi qua ánh mắt hốt hoảng nên Thầy nói như để trấn an: Các em về nói với các bạn là Thầy vẫn khỏe, Thầy sẽ sớm lên lớp cùng các em. Thầy còn dặn dò "Năm nay là năm cuối cấp rồi, các em phải cố gắng tập trung học tập thật tốt để còn thi đại học nữa". Tôi cũng chẳng thể ngờ đó là lần cuối tôi được gặp Thầy.

Vậy mà, tôi đang miên man với bao hình ảnh của Thầy thì có tiếng nấc gọi thật khẽ "Thầy ơi!" của một bạn nào đó trong lớp đưa tôi về hiện tại. Rồi những tiếng nấc nghẹn lời đó cứ nhanh chóng nhân lên. Con gái đứa nào mắt cũng đỏ hoe, nấc lên không thành tiếng. Bọn con trai chúng tôi thì lặng im với những suy nghĩ mông lung. Lớp học hôm đó không thể tiếp tục. Chúng tôi được nghỉ.

Hôm sau, nỗi buồn vẫn bao trùm lớp học. Các tiết học diễn ra thật nặng nề và chậm chạp. Chẳng đứa nào còn tâm trí để học nữa. Cuối buổi, nhà trường thông báo ngày mai cho chúng tôi được nghỉ để dự lễ tang Thầy, buổi học kết thúc.

Sáng sớm hôm sau tôi khoác vội chiếc áo khoác vào người rồi lên xe. Thấy các bạn đã có mặt đông đủ, mặt ai cũng buồn buồn ngơ ngác. Không còn hóm hỉnh cười đùa như mọi hôm nữa.

Xe lăn bánh. Nhìn qua cửa sổ xe ô tô sương sớm còn chưa tan. Xe băng qua những cánh đồng lúa sau vụ thu hoạch trơ gốc rạ. Không gian im lìm buồn đến lạ.

Xe dừng. Phải đi bộ cả km mới tới ngôi làng của Thầy. Đúng như lời Thầy kể, làng của Thầy thật bình dị. Mấy ngôi nhà nhỏ lúp xúp đứng dựa nhau trong sương sớm. Rất nhiều học sinh cũ cũng có mặt trong đám tang của Thầy. Lớp tôi được ưu tiên vào viếng Thầy trước. Lớp xếp thành 2 hàng đi vào chậm chậm. Đứng trước linh cữu của Thầy, đưa mắt nhìn lên tấm hình Thầy không hiểu sao nước mắt tôi tuôn rơi. Có gì đó xót xa, và nghẹn đắng trong lòng.

Xe tang chậm chậm đưa Thầy về nơi xa lắm. Nơi đó, chúng tôi sẽ chẳng bao giờ được thấy Thầy nữa. Mặt đường quê nắng thu nhuốm màu buồn vàng úa, gió cuốn những đồng tiền vàng bay xa xa dần. Đồng quê thật yên bình và tôi tin Thầy cũng sẽ được bình yên nơi xa xôi ấy. Chúng tôi ngậm ngùi bước lên xe, không ai bảo ai nhưng đều đồng thanh gọi "Thầy Ơ I I I.......!"

Phải mất cả tuần lớp mới trở lại bình thường được. Nhưng đứa nào cũng quyết tâm rất cao. Tự hứa với lòng mình sẽ không phụ lòng mong đợi của Thầy, sẽ hoàn thành con đường ước mơ của mình - ước mơ mà Thầy đã hướng chúng tôi tới, ước mơ mà Thầy đặt vào chúng tôi.

Thời gian cứ lặng lẽ trôi, kỳ thi tốt nghiệp đã qua với kết quả đậu 100% rồi kỳ thi đại học lại đến. Bạn nào cũng cố gắng học và phấn đấu để đạt kết quả cao nhất trong kỳ thi đại học sắp tới. Đứa, ước mơ được làm bác sỹ, kỹ sư hay cử nhân. Còn riêng tôi lại ước thi đỗ vào đại học sư phạm để được như Thầy lái những con đò tri thức qua sông dẫu biết rằng không phải lúc nào sông cũng phẳng lặng, bình yên.

Bây giờ ước mơ của tôi đã thành sự thực, trong những dịp hè hay nghỉ tết là chúng tôi lại trở về bên Thầy để được thấy cánh đồng quê gió lộng, tiếng chim hót rộn ràng và kể cho Thầy nghe những vui buồn trong cuộc sống, những khó khăn mà mình gặp phải. Thầy không còn cho chúng tôi những lời khuyên được nữa nhưng đứa nào cũng thấy thật thanh thản.

Nhân ngày 20-11 năm nay tôi muốn viết mấy lời tri ân gửi đến Thầy, người luôn trong trái tim tôi và trong trái tim của 53 học sinh lớp 12C3 trường THPT.... bây giờ và mãi mãi. Đâu đây vang lên lời bài hát "Người Thầy vẫn lặng lẽ đi về sớm trưa, từng ngày giọt mồ hôi rơi nhòe trên giấy...." thật ý nghĩa làm sao.

(Vũ Thị Thắm)

19
Đồng Khánh Trường Tôi

Đêm khuya Thầy chưa ngủ
Bên trang vở chúng em
Miệt mài ghi chăm chú
Bao khó nhọc dưới đèn
Ơn tình Thầy bao la
Bát ngát như rừng hoa.
(Về nguồn)

Tiếng hát của ai đó thánh thót vang đều trong đêm khuya làm tôi xót xa nghĩ đến Thầy Cô "Đồng Khánh trường tôi". Ai mang cho tôi tiếng hát tình thương? Chính Thầy Cô đã chắp cánh cho tôi bay xa, đến những chân trời tươi sáng tuyệt vời. Tôi có được ngày hôm nay, con cái thành đạt, chính là nhờ Công lao dạy dỗ của Thầy Cô Đồng Khánh nơi chốn Huế đô.

Dân tộc ta vốn có truyền thống tôn sư trọng đạo truyền thống đó được kế tục, duy trì từ ngàn xưa cho đến nay và mãi mãi về sau, bởi lẽ nó là tình cảm trân trọng nhất khi nghĩ về người Thầy. Ông cha ta ngày xưa thường nói: "Quân, Sư, Phụ ", "Nhất tự vi sư, bán tự vi sư". Thật vậy người Thầy có vai trò to lớn trong sự thành đạt của trò. Vì thế, khi bàn về vai trò to lớn của người Thầy, nhân dân ta thường nhắc nhở nhau: "Muốn sang thì bắc cầu kiều. Muốn con hay chữ phải yêu kính Thầy".

Nghề dạy học như người lái đò đưa khách sang sông, cứ thế và cứ thế, ngày lại ngày qua từng chuyến đò đưa từ thế hệ này đến thế hệ khác "Phận làm chèo khua nước mênh mông. Khách đi rồi thuyền quay trở lại".

Xa trường ba bảy năm rồi, ngược xuôi trên dòng đời xuôi ngược, lòng tôi luôn hướng về trường xưa Thầy cũ. Bên tai tôi như còn vang vọng bài học năm nao về lòng biết ơn "Con ơi! phải kính yêu Thầy giáo con. Hãy yêu Thầy vì Thầy đã mở mang trí tuệ và giáo hóa tâm hồn cho con. Rồi đây con sẽ trưởng thành, Thầy cùng cha sẽ không còn trên cỏi đời này nữa. Lúc ấy con sẽ thấy nét đau đớn và lao khổ trên mặt Thầy làm cho con phải cực lòng. Hãy yêu Thầy như cha, yêu Thầy khi Thầy vui và cả lúc Thầy buồn và bao giờ con cũng phải đọc tiếng "Thầy" một cách trân trọng vì sau tiếng "cha" là tiếng "Thầy" là tiếng đẹp đẽ nhất mà một người đem tặng một con người khác". Bài học làm người làm tôi nhớ mãi, cũng là hành trang cho tôi bước vào đời. Chính Thầy Cô đã thông qua dạy chữ để dạy người và tôi đã học tập nhiều bài học đạo đức, đạo làm người ở Thầy Cô để giáo dục con cái thành người. Thầy Cô ơi con nhớ mãi chính ngôi trường Đồng Khánh đã đào tạo biết bao nhân tài cho đất nước. Hôm nay nhân ngày Nhà giáo Việt Nam cho con gởi chút tâm tình của đứa học trò xa quê, kính cẩn dâng lên Thầy Cô với tấm lòng trân trọng, kính nhớ và biết ơn. Chắc chắn rằng không phải tự nhiên mà có được ngày hôm nay. Đã một thời con được Thầy Cô dìu dắt, có những người Thầy của chúng con tóc đã hoa râm nhưng vẫn miệt mài bên trang giáo án .Vì ai? Vì lý tưởng nên Thầy vẫn miệt mài. Cũng có những người Thầy đã nghĩ hưu xa rời bục giảng, cũng có những người Thầy đã ngủ yên dưới lòng đất mẹ đau thương, cho con kính cẩn dâng lên hương hồn các Thầy Cô đã ra đi vì sự nghiệp trồng người... các Thầy ơi! Các Thầy đã về với cát bụi vĩnh hằng, xin các Thầy hãy thanh thản ra đi, chúng con xin vĩnh biệt những người Thầy tài hoa, niềm tự hào cho xứ sở quê hương.

Nơi xa xôi hẻo lánh này con luôn nhủ lòng: Xa Huế rồi, tự nhủ sẽ về thăm, thế mà...

Thầy ơi! khuya rồi không gian yên ắng, tiếng Côn trùng than khóc trong đêm trường, lòng con lại quay quanh vùng thương nhớ... Chao ơi! mới đó đã ba bảy năm. Thưa Thầy hãy tha lỗi cho đứa học trò phương xa kiếm sống này Thầy nha.

Con vì cuộc sống ở đời
Xa xôi cách trở, không lời hỏi thăm
Mình con ở chốn xa xăm
Mưu sinh tệ quá! Biệt tăm tháng ngày
Thầy ơi! Những phút giây này
Con nghe như có tiếng Thầy về thăm.

Xa rồi những ngày cắp sách, xa rồi những ngày bên Thầy Cô bạn bè nơi cố đô yêu dấu nhưng giọng Thầy còn ngân xa vang mãi.

"Nghe tiếng Thầy còn vang
Nghe giọng nói nghiêm trang
Mà lời sao êm ấm
Cao cao vượt núi ngàn."

Thầy Cô ơi! Nơi vùng cao đất đỏ của tỉnh lẽ này cho con gởi một chút tâm tình về với Thầy Cô còn hiện hữu hay đã khuất.

Chính Thầy Cô là những "Kỹ sư thiết kế vạn tâm hồn", những người đi gieo mầm ươm hạt giống cho đời, Thầy Cô mãi mãi là suối nguồn yêu thương, tưới mát, chắp cánh cho chúng con bay xa... bởi một điều đơn giản "học phí có thể trả bằng tiền, Công ơn Thầy Cô thì không gì trả nổi". Cho con gọi mãi hai tiếng "Ơn Thầy".

N.T.B.

Giáo thọ T.N. Giới Hương tại Học viện Phật giáo Việt Nam ngày 18/8/2023

Nguồn Tham Khảo

Các câu chuyện này được sưu tầm trên trang mạng Internet và xin phép các tác giả ẩn danh, có vài bài xin thay đổi tựa đề cho phong phú với nội dung. Kính tri ân rất nhiều cho sự hoan hỉ này.

Chương
8

Những Câu Chúc Ngày Nhà giáo

Giáo thọ T.N. Giới Hương ngồi giữa bông hoa, bánh trái và bong bóng của Ngày Nhà giáo 20/11, do lớp Anh Văn Phật Pháp tổ chức

1

Vietnamese people have always emphasized the spirit of respect for teachers, because teachers are always considered as the second father and mother of each student. Teachers are deserved to receive respect, love and gratitude from students, parents and everyone in society. Since then, the teachers will increase their motivation to contribute to the cause of Human Education and Training.

Người Việt Nam ta từ xưa đến nay luôn đề cao tinh thần Tôn sư trọng đạo, bởi Thầy Cô giáo luôn được ví như người cha, người mẹ thứ 2 của mỗi học sinh. Họ xứng đáng được nhận những sự tôn trọng, tình yêu thương và lòng biết ơn từ học sinh, phụ huynh và mọi người trong xã hội. Từ đó Thầy Cô giáo sẽ có thêm động lực để cống hiến cho sự nghiệp Giáo dục và Đào tạo con người.

2

To express our gratitude to the boatman who have brought countless generations of young people across the river, we - those who have been receiving the education from the school - should send them our thanks and gratitude. Teachers are like a meaningful spiritual gift.

Để thể hiện sự biết ơn những người lái đò đã đưa biết bao lớp người trẻ sang sông, chúng ta – những người đã và đang nhận được sự giáo dục của nhà trường hãy gửi đến họ những lời cảm ơn, lời tri ân Thầy Cô giáo như một món quà tinh thần đầy ý nghĩa.

3

The treasure of Vietnamese folk literature has the saying "A word is from a teacher; half a word is also from a teacher." It means to promote the relationship between teachers and students as well as remind each generation of students to always remember the gratitude of Teacher.

Kho tàng văn học dân gian Việt Nam có câu "Một chữ là Thầy, nửa chữ cũng là Thầy." Ý muốn đề cao đạo làm Thầy trò cũng như nhắc nhở mỗi thế hệ học sinh phải luôn ghi nhớ Công ơn của các Thầy Cô giáo.

4

Another the Teacher Day of November 20 is coming soon. We would like to send our most sincere thanks and gratitude to Teachers. Thank you, Teacher who often encouraged and reminded us when we neglect our studies. Thank you, Teache who are wholehearted and dedicated teaching of us throughout the past school years. Now, we would like to send you our best wishes for good health and good work.

Thế là một một ngày lễ 20/11 nữa lại về. Chúng em xin được gửi lời cảm ơn và tri ân chân thành nhất đến Thầy / Cô. Cảm ơn Thầy / Cô đã luôn động viên, nhắc nhở chúng em những lúc chúng em chểnh mảng việc học hành. Cảm ơn Thầy / Cô đã hết lòng, tận tâm dạy dỗ chúng em trong suốt những năm học qua. Giờ đây, chúng em xin gửi đến Thầy / Cô lời chúc có thật nhiều sức khỏe và Công tác tốt.

5

Dear Teacher, thank you for giving me the strength and courage to dare to realize my dreams. You are not only a good teacher but also a great mentor and a good companion. Thank you - an important piece of the puzzle in my student life. Thank you for everything!

Cô thương kính! Cảm ơn Cô đã cho em sức mạnh và lòng dũng cảm để dám thực hiện ước mơ của mình. Cô không chỉ là một người giáo viên mà còn là một người cố vấn tuyệt vời và một người bạn tốt đồng hành cùng em. Cảm ơn Cô – mảnh ghép quan trọng trong tuổi học trò của em. Cảm ơn Cô vì tất cả!

6

The Teacher Day of November 20 is a truly meaningful day and we are extremely happy to see the radiant smiles of the Teachers and the fresh bouquets of flowers. I still remember the first days of class, the teachers held our hands and guided us closer to the horizon of knowledge. Now that we have nearly three years with the school, our friends and teachers, we truly appreciate it. Thank you, Teacher - the second kind father and mother, for bringing us peace, protection and warmth, helping us have more motivation to overcome this life.

Ngày 20/11 là một ngày thật sự ý nghĩa và chúng em vô cùng hạnh phúc khi nhìn thấy những nụ cười rạng ngời của các Thầy Cô giáo cũng những bó hoa tươi thắm. Còn nhớ những ngày đầu đến lớp, các Thầy Cô đã cầm tay dìu dắt chúng em đến gần hơn với chân trời kiến thức. Giờ đây khi gần được ba năm gắn bó với ngôi trường, những người bạn và cả những người Thầy Cô giáo, chúng em thật sự vô cùng trân trọng. Cảm ơn Thầy Cô – người cha, người mẹ hiền thứ hai đã mang tới cho chúng em sự bình yên, che chở và ấm áp, đã giúp chúng em có thêm động lực để vượt lên trong cuộc sống này.

7

Teacher's gratitude for teaching is as great as the sky and the ocean, we don't know how to repay it? We know that there have been times when we have made you sad and disappointed. We promise to try our best to study well, so that even after leaving school, you will be proud of your former students. Thank you, Teacher, for never giving up on disruptive students and always trying to help us understand human ethics.

Công ơn dạy dỗ của Thầy Cô lớn lao như trời biển, chúng con không biết phải đền đáp như thế nào? Chúng con biết rằng, đã có những lúc chúng con làm cho Thầy Cô buồn lòng, thất vọng. Chúng con xin hứa sẽ cố gắng học tập thật tốt để sau này cho dù đã rời xa mái trường thì Thầy Cô cũng sẽ tự hào vì những đứa học trò cũ của mình. Cảm ơn Thầy Cô chưa từng từ bỏ những đứa học trò quậy phá nào và luôn cố gắng giúp chúng con hiểu được đạo lý làm người.

8

Today, on the occasion of the Teacher Day of November 20, please allow us to send our deepest thanks. We know how hard it was for you to row the boats, through how many waves and winds, you still have your heart for us, protecting and guiding us. It is the luck and happiness of each of students to live under the school roof under the guidance of dedicated "captains". We would like to send our sincerest and deepest thanks and gratitude to all teachers.

Hôm nay, nhân ngày lễ 20/11 xin cho phép chúng em được gửi những lời cảm ơn sâu sắc nhất. Chúng em biết, Thầy / Cô đã phải vất vả như thế nào khi lái những con đò, trải qua bao nhiêu sóng, bao nhiêu gió, Thầy Cô vẫn một lòng vì chúng em, che chở, dìu dắt chúng em. Đó là may mắn, cũng là niềm hạnh phúc của mỗi người học sinh chúng em khi được sống dưới mái trường có sự dìu dắt của những người "thuyền trưởng' đầy tâm huyết. Chúng em xin được gửi lời cảm ơn, tri ân chân thành và sâu sắc nhất đến tất cả Thầy Cô.

9

Every year, when November comes, we feel strangely nauseous. Is it because this is the time when we can pour out all our thoughts and words from the bottom of our hearts? On November 20, we would like to send our sincerest and deepest gratitude to the Teachers who have taught us in the past. We are proud of the tremendous achievements and contributions of our teachers and teachers. We would like to send our deepest and most sincere wishes to our second father and mother.

Năm nào cũng vậy, cứ đến tháng 11 lòng chúng em lại thấy nôn nao đến lạ. Phải chăng vì đây là thời điểm chúng em có thể trút hết tâm sự, những lời tận đáy lòng mình? Nhân ngày 20/11, chúng em xin được gửi lời tri ân chân thành, sâu sắc nhất đến các Thầy Cô giáo, đã dạy dỗ chúng em trong thời gian qua. Chúng em tự hào trước thành tích và Công lao to lớn như trời bể của Thầy, của Cô, chúng em xin gửi lời chúc sâu sắc và chân thành nhất đến người cha, người mẹ thứ 2 của mình.

10

"Thank you Teachers for cultivating the garden of knowledge/ Thank you for guiding us to the future." These two verses express the great gratitude of teachers in the career of educating young generations. On the occasion of Vietnamese Teachers' Day, we would like to thank all the Teachers. You did not hesitate to work hard, teaching knowledge to students' day and night, hoping that they would become useful people.

"Ơn Thầy Cô ươm xanh vườn tri thức, Nghĩa Thầy dìu dắt đến tương lai." Hai câu thơ như đã nói lên Công ơn to lớn của Thầy Cô giáo trong sự nghiệp giáo dục các thế hệ trẻ. Nhân ngày Nhà giáo Việt Nam, chúng con xin được gửi lời cảm ơn đến tất cả các Thầy Cô giáo Trường... đã không quản khó nhọc, suốt ngày đêm truyền dạy những tri thức đến với học sinh, hy vọng chúng em sẽ trở thành những con người có ích.

11

Teachers not only teach us good things, but also always inspire us to do good things in life. Every day, we always see the saying, "First learn rituals, then learn literature", and it is the Teacher who helps us understand that proverb. Thank you, Teacher, for contributing to making our lives more beautiful. Happy Vietnamese Teachers' Day!

Thầy Cô không chỉ dạy cho chúng em những điều tốt đẹp, mà còn luôn là người truyền cảm hứng cho chúng em để làm những điều tốt đẹp trong cuộc sống. Câu nói "Tiên học lễ, hậu học văn" chúng em luôn được nhìn thấy mỗi ngày, nhưng chính Thầy Cô là người đã giúp chúng em hiểu rõ câu tục ngữ ấy. Cảm ơn Thầy Cô đã góp phần xây dựng cuộc sống của chúng em thêm phần tươi đẹp. Chúc mừng lễ Nhà giáo Việt Nam.

12

On the occasion of the Teacher Day of November 20, we would like to express our deep gratitude to the Teachers, who always work hard and try to teach us to be good people. Wishing all the teachers to always have a steady hand in guiding the next generation of juniors to reach the knowledge of the future.

Nhân ngày lễ tri ân Thầy Cô giáo 20/11, chúng em xin được gửi lời biết ơn sâu sắc tới Thầy Cô, những người luôn vất vả và cố gắng để dạy dỗ chúng em nên người. Chúc các Thầy Cô luôn vững tay chèo để dìu dắt những thế hệ đàn em tiếp theo cập bến tri thức của tương lai.

13

Along with wishes and thanks to teachers, you can also send poems of gratitude to teachers that are short and simple but still express love, gratitude, and respect to those who are the Teachers.

Cùng với những lời chúc, lời cảm ơn Thầy Cô thì bạn cũng có thể gửi những bài thơ tri ân Thầy Cô ngắn gọn, đơn giản nhưng vẫn nói lên tình cảm yêu thương, sự biết ơn, kính trọng tới những người Thầy Cô giáo.

14

On the Teacher Day of November 20, I would like to wish you the best wishes. I wish you to complete your noble task in the hundred-year career of cultivating people and in the reform of the country. I sincerely thank you, Teachers.

Nhân ngày 20/11, em xin chúc Thầy lời chúc tốt đẹp nhất. Chúc Thầy Cô hoàn thành nhiệm vụ cao cả của mình trong sự nghiệp trăm năm trồng người, trong Công cuộc đổi mới của đất nước. Em chân thành cảm ơn Thầy Cô.

15

I wish you to always be healthy, youthful, cheerful, always maintain your faith and increasingly increase your courage in front of us students who are mischievous like demons. Happy Vietnam's Teacher Day!

Em chúc Thầy Cô luôn mạnh khoẻ, trẻ trung, vui tính, luôn

luôn giữ vững niềm tin và ngày càng nâng cao sự dũng cảm trước những đứa học trò nghịch như quỷ sứ bọn em. Happy Vietnam's Teacher Day.

16

If asked: Where does success come from? I will answer: "It's you – the Teacher who brought us knowledge and tools to enter life."

The teacher's care, education and encouragement mean a lot to me!

Nếu được hỏi: Thành Công bắt nguồn từ đâu? Em sẽ trả lời rằng: "Là Cô - người đã mang đến cho chúng em kiến thức, hành trang bước vào đời".

Sự chăm sóc giáo dục và sự động viên của Thầy Cô có ý nghĩa vô cùng lớn đối với em!

17

Forever with me, your voice echoes. It's been so long that I feel like it was yesterday. Your lecture is like giving wings to a dream, allowing me to fly out of the fairy tale sky.

Mãi mãi bên con tiếng của Thầy vang vọng. Đã xa rồi mà con ngỡ hôm qua. Bài giảng của Thầy như chắp cánh ước mơ, cho con bay khỏi vùng trời cổ tích.

18

The kindness of teaching is higher than the mountains

The kindness of teachers is like the water of the ocean

The merits of my parents are always appreciated

The gratitude of teachers will always be in my heart.

On the occasion of Vietnamese Teachers' Day, I respectfully wish you good health and success in your career of educating people.

Ơn dạy dỗ cao dường hơn núi,
Nghĩa Thầy Cô như nước biển khơi
Công cha mẹ con luôn tạc dạ
Ơn Thầy Cô con mãi ghi lòng.

Nhân ngày Nhà giáo Việt Nam con xin kính chúc quý Thầy Cô mạnh khỏe, thành Công trong sự nghiệp trồng người.

BÁO ÂN
GIỚI Tỳ-kheo dất người qua cửa tử
HƯƠNG Bí-sô dìu người qua sông mê.

19

The cultural activities are as the spiritual gifts that are always used by schools at all levels to create a more joyful and unforgettable holiday atmosphere. Usually, the activity will be sung by students for the Teacher or by the Teachers singing collectively.

Các hoạt động văn nghệ là những món quà tinh thần luôn được trường học các cấp ứng dụng nhằm tạo không khí ngày lễ thêm vui vẻ, khó quên. Thường hoạt động sẽ do học trò hát dành tặng Thầy Cô hoặc các Thầy Cô hát tập thể.

20

On the occasion of the Vietnamese Teacher Day of November 20, I would like to send my sincere thanks to my teachers. We wish you to always be healthy and happy to always bring us better and useful lessons.

Nhân Ngày Nhà giáo Việt Nam 20/11, em xin gửi đến Thầy Cô lời cảm ơn chân thành. Kính chúc Thầy Cô luôn luôn mạnh khỏe và hạnh phúc để luôn mang đến cho chúng em ngày càng nhiều bài học hay và bổ ích.

21

I would like to send my sincerest and deepest thanks to you, Teacher, for everything you have done for us. Teachers not only teach and guide our careers but are also the ones who help us become better. Wishing you good health, happiness and good work.

Em xin gửi lời cảm ơn chân thành và sâu sắc nhất đến Thầy Cô vì tất cả những gì đã làm cho chúng em. Thầy Cô không chỉ dạy học, định hướng nghề nghiệp mà còn là người giúp chúng em trở nên tốt đẹp hơn. Chúc Thầy Cô mạnh khỏe, vui vẻ và Công tác tốt.

22

The human learning journey does not stop at the 12th grade, the end of college, or graduate school, but is lifelong. I understand that life is full of ups and downs, every step of the way, I cannot do without the guidance and care of my teachers. On the Teacher Day of November 20, I would like to send you my best wishes.

Hành trình học tập của con người không dừng lại ở năm lớp 12, kết thúc đại học, hay cao học, mà là cả đời. Con hiểu rằng, cuộc đời nhiều sóng gió, mỗi bước đường con đi, không thể thiếu sự chỉ bảo, quan tâm của những người Thầy. Nhân ngày 20/11, con xin gửi đến Thầy Cô những lời chúc tốt đẹp nhất.

23

Teacher's lectures are always rich and colorful; each chapter and each lesson is like opening a window before my eyes, making me see a colorful world. Thousands of days of research are not equal to one day of learning from a good teacher. On the Teacher Day of November 20, I would like to send my sincere thanks.

Bài giảng của Thầy Cô luôn phong phú nhiều màu sắc, mỗi chương mỗi tiết đều tựa như mở ra một cửa sổ trước mắt, khiến em thấy một thế giới rực rỡ sắc màu. Hàng nghìn ngày tìm tòi nghiên cứu, chưa bằng một ngày học hỏi từ người Thầy giỏi. Nhân ngày 20/11 em xin được gửi lời cảm ơn chân thành.

24

On this occasion, I remembered the days when you taught me. You are like my second mother, helping me grow up during difficult times. On the Teacher Day of November 20, I wish you the best things always.

Vào dịp này, em lại nhớ những ngày còn được Cô giảng dạy. Cô như người mẹ thứ hai của em, giúp trưởng thành những lúc khó khăn. Nhân ngày 20/11, em chúc Cô luôn gặp những điều tuyệt vời nhất.

25

Teachers have devoted their whole heart and sincerity to children and to their career. Miss, you are the best "mother" in this world.

Cô đã cống hiến cả tâm huyết và tấm lòng chân thành cho trẻ thơ, cho sự nghiệp. Cô ơi, Cô chính là "người mẹ" tốt nhất trên thế gian này.

26

I am not your best student, but you are the person I love the most. On this holiday, I send you my respectful heart.

Em không là học trò xuất sắc nhất của Thầy, nhưng Thầy là người mà em yêu quý nhất. Trong ngày lễ này, em gửi tới Thầy tấm lòng tôn kính của em.

27

On the occasion of the Teacher Day of November 20, I wish all teachers in all parts of the country good health, happiness and success. I personally wish the teachers who are reading this message a very happy and successful Teachers' Day, with all the best wishes. And I wish all teachers to try their best for today's young generation.

Nhân Ngày Nhà giáo Việt Nam, chúc tất cả các Thầy Cô giáo trên mọi miền đất nước sức khỏe, hạnh phúc và thành Công. Riêng chúc Thầy Cô đang đọc tin nhắn này ngày Nhà giáo thật vui, thật thành Công, mọi lời chúc tốt đẹp nhất. Và kính chúc các Thầy Cô cố gắng hết mình cho thế hệ trẻ hôm nay.

28

Teaching has always been considered a noble profession, one that "grows people". Teachers, no matter where they are, are the most respected people. On the occasion of the Vietnamese Teacher Day of November 20, I would like to send my best congratulations to you.

Nghề giáo bao đời nay luôn được xem là nghề cao quý, nghề "trồng người". Người Thầy, dù ở đâu cũng là những người được kính trọng nhất. Nhân ngày Nhà giáo Việt Nam, xin gửi lời chúc mừng tốt đẹp nhất đến Thầy Cô.

29

On the occasion of the Vietnamese Teacher Day of November 20, with all the sincerity that I want to send to my teachers, I wish all teachers to always be happy and full of faith in life, always have good luck every day, and succeed in his teaching career.

Nhân Ngày Nhà giáo Việt Nam, với tất cả tấm chân tình mà con muốn gửi đến Thầy Cô , chúc cho tất cả Thầy Cô luôn vui vẻ tràn ngập niềm tin trong cuộc sống, ngày nào cũng luôn gặp may mắn, và thành Công trên con đường dạy học của mình.

30

Sending the deepest and most respectful feelings to the Teachers on the Vietnamese Teacher Day of November 20. I would also like to send my congratulations to the Teachers. Wishing you good health, success, happiness and good work.

Dành tặng những tình cảm sâu sắc và tôn kính nhất đến các Thầy Cô giáo trong ngày 20/11. Em cũng xin gửi lời chúc mừng đến các Thầy Cô giáo nhân ngày Nhà giáo Việt Nam. Chúc các Thầy Cô luôn mạnh khỏe, thành đạt, hạnh phúc và Công tác tốt.

31

On the Vietnamese Teacher Day of November 20, I would like to wish you the best. Wishing you to always be young and beautiful to forever be the closest and most loving teacher and guide to all students. Hope you always remember me.

Nhân ngày 20/11, em xin được chúc Cô những gì tốt đẹp nhất. Chúc Cô luôn trẻ trung, xinh đẹp để mãi là người Thầy, người chỉ đường gần gũi và yêu thương nhất đối với mọi học sinh. Mong Cô luôn nhớ tới em.

Giáo thọ T.N. Giới Hương ký tặng sách cho Tăng Ni sinh Khoa Anh Văn Phật Pháp, khóa 17, ngày 11/8/2023

32

Thank you, Teacher, for always being the one who encourages and teaches me during my study time. Congratulations to teachers on the occasion of Vietnamese Teachers' Day November 20. I would like to send you my best gratitude and wish you good health.

Cảm ơn Thầy Cô vì đã luôn là người động viên và dạy dỗ con trong khoảng thời gian học tập. Chúc mừng Thầy Cô nhân ngày Nhà giáo Việt Nam 20/11. Con xin gửi đến Thầy Cô những lời tri ân tốt đẹp nhất và chúc các Thầy Cô thật mạnh khỏe.

33

On Vietnamese Teachers' Day on November 20 every year throughout the country, from first and second grade toddlers to the elderly. With great joy, I welcome and offer wishes and fresh flowers to the Teachers throughout your life of dedication to bringing the country's education to the same level and on par with developed countries.

Vào ngày Nhà giáo Việt Nam 20/11 hàng năm trong cả nước, từ những em nhỏ chập chững lớp một, lớp hai đến những người cao tuổi. Trong lòng rất hân hoan chào đón và dâng tặng những lời chúc, những đóa hoa tươi thắm gửi tới Thầy Cô suốt cuộc đời cống hiến đưa nền giáo dục nước nhà ngang bằng và sánh vai những nước phát triển.

34

The Vietnamese Teacher Day of November 20 is a truly meaningful day. The more I grow up, the more I understand what you have taught me! On November 20, I would like to wish all teachers good health and always full of enthusiasm for their careers.

Ngày 20/11 là một ngày thật sự ý nghĩa. Càng trưởng thành em lại càng thấy thấm thía những gì Thầy Cô đã chỉ dạy! Nhân ngày 20/11, em xin chúc các Thầy các Cô sức khỏe, luôn tràn đầy nồng nàn nhiệt huyết với sự nghiệp.

35

I always feel lucky to be your student. Thank you for not only bringing us good lessons, but also your care and teaching like a mother. I'm sorry for sometimes making you upset. On the Vietnamese Teacher Day of November 20, I wish you good health and always full of enthusiasm.

Con luôn cảm thấy bản thân may mắn vì được là học trò của Cô. Cảm ơn Cô vì không chỉ mang đến cho chúng con những bài học hay, mà còn là sự chăm sóc, dạy dỗ như người mẹ. Con xin lỗi vì đôi lúc đã khiến Cô phải phiền lòng. Nhân ngày 20/11, con chúc Cô luôn thật nhiều sức khỏe, luôn tràn đầy nhiệt huyết.

36

The love between teachers and students is endless, so my thanks and gratitude today are not enough to express my gratitude. I just hope that you will always be healthy to accompany me on the journey of discovering knowledge in the future.

Tình Thầy trò là vô tận nên lời cảm ơn và lòng biết ơn hôm nay của con chẳng đủ để bày tỏ sự tri ân. Con chỉ mong rằng Thầy Cô sẽ mãi luôn khỏe mạnh để đồng hành cùng con trên hành trình khám phá tri thức trong thời gian tới.

37

On the Vietnamese Teacher Day of November 20, not only do I wish you, I also want to apologize to you for the times I was naughty and didn't pay attention to my studies, making you worry. Our class promised to focus more on studying to achieve the best results - a respectful gift to Teachers on Vietnamese Teachers' Day.

Ngày 20/11, không chỉ là lời chúc, em còn muốn xin lỗi Cô những lần nghịch dại, chưa chú ý học hành để Cô phải bận lòng. Tập thể lớp chúng em hứa sẽ tập trung hơn cho việc học để đạt kết quả cao nhất - là món quà kính dâng Cô Ngày Nhà giáo Việt Nam.

38

I was lucky to have a teacher as wonderful as you. I wish you a Teacher's Day filled with moments of joy!

Em thật may mắn khi có một người Thầy Cô tuyệt vời. Em chúc Thầy Cô ngày Nhà giáo tràn ngập những khoảnh khắc vui vẻ!

39

Thank you for always believing in us and bringing out our best. Have a fantastic Teacher's Day!

Cảm ơn Thầy Cô đã luôn tin tưởng chúng em và giúp chúng em phát huy hết khả năng của mình. Chúc Thầy Cô ngày Nhà giáo tuyệt vời!

40

Happy Teacher's Day! Your kindness and encouragement mean the world to me.

Chúc Thầy Cô ngày Nhà giáo vui vẻ! Sự tử tế và sự động viên của Thầy Cô có ý nghĩa vô cùng lớn đối với em.

41

Grateful for all the lessons and guidance you provide. Have a beautiful Teacher's Day!

Em biết ơn vì tất cả những bài học và sự hướng dẫn mà Thầy Cô đã cho em. Chúc Thầy Cô ngày Nhà giáo tuyệt vời!

42

Wishing you a wonderful Teacher's Day filled with the respect and love you deserve!

Chúc Thầy Cô ngày Nhà giáo tuyệt vời, tràn đầy sự tôn trọng và tình yêu thương mà Thầy Cô xứng đáng được nhận!

43

Thank you for teaching me a subject I thought I could never understand or be interested in. Thank you for making learning fun! Happy Teacher's Day!

Cảm ơn Thầy Cô đã dạy em một môn học mà em nghĩ rằng mình không bao giờ có thể hiểu hoặc hứng thú. Cảm ơn Thầy Cô đã làm cho việc học trở nên thú vị! Chúc mừng ngày Nhà giáo!

44

Teaching is the best profession a person can ever have. To my best teacher, happy Teacher's Day!

Dạy học là nghề tuyệt vời nhất mà một người có thể làm. Gửi đến người Thầy Cô tuyệt vời nhất của em, chúc mừng ngày Nhà giáo!

45

Thank you for your patience, kindness, and wisdom. Happy Teacher's Day!

Cảm ơn Thầy Cô vì sự kiên nhẫn, sự tử tế và sự thông thái của Thầy Cô . Chúc mừng ngày Nhà giáo!

46

Happy Teachers' Day! You are the reason why I am what I am today. Thank you for being my mentor and my role model

Chúc mừng ngày Nhà giáo! Thầy Cô là lý do khiến em trở thành con người như ngày hôm nay. Cảm ơn Thầy Cô đã là người cố vấn và là hình mẫu của em.

47

You inspire and empower us every day. Happy Teacher's Day!

Thầy Cô truyền cảm hứng và sức mạnh cho chúng em mỗi ngày. Chúc mừng ngày Nhà giáo!

Lễ tri ân Ni sư Giới Hương ngồi chính giữa cùng Tăng Ni sinh Khóa 16, khoa Hoằng Pháp 2023

48

Happy Vietnamese Teachers' Day! Thank you for being such an inspiration and guiding me through my studies.

Chúc mừng Ngày Nhà giáo Việt Nam! Cảm ơn Thầy Cô đã

là nguồn cảm hứng lớn lao và đồng hành, chỉ dẫn cho em trong suốt quá trình học tập.

49

All the efforts and hard work you have put into bringing out the best in us can never be repaid in mere words. We can only be grateful to have a teacher like you!

Không lời nào có thể đáp lại những nỗ lực và vất vả của Thầy Cô khi giúp chúng em phát huy hết khả năng của mình. Chúng em chỉ biết cảm ơn vì được làm học trò của một người tuyệt vời như Thầy Cô!

50

In the vast ocean of life, teachers are like lighthouses, guiding us through the stormy seas of doubt and uncertainty. Their wisdom and compassion illuminate our path and help us find our way. Thank you for being a beacon of light in our lives.

Giữa biển cả bao la của cuộc đời, Thầy Cô như ngọn hải đăng dẫn lối cho em vượt qua sóng gió của sự hoài nghi và bất định. Chính sự thông thái và lòng nhân ái của Thầy Cô đã chiếu sáng con đường em đi, giúp em tìm được đúng hướng. Cảm ơn Thầy Cô vì đã là nguồn sáng trong đời em.

51

To the best Teacher, Happy 20/11! Thank you for your patience and dedication. You truly make a difference in my life.

Gửi lời chúc mừng ngày 20/11 tới người Thầy tuyệt vời nhất! Cảm ơn Thầy về sự nhẫn nại và tận tâm. Thầy thực sự đã thay đổi cuộc đời em!

52

Thank you for inspiring me to dream big and work hard. I am forever grateful!

Cảm ơn Thầy Cô đã truyền cảm hứng cho em dám ước mơ lớn lao và nỗ lực không ngừng. Em sẽ mãi mãi biết ơn Thầy Cô!

53

Thank you for your kindness, patience, and all the wonderful things you've taught me. Happy 20/11!

Cảm ơn Thầy Cô vì sự tử tế, nhẫn nại và tất cả những bài học tuyệt vời đã dạy cho chúng em. Chúc mừng ngày 20/11!

54

With heartfelt appreciation, thank you for all your guidance and support. Happy Vietnamese Teachers' Day!

Với lòng biết ơn sâu sắc, chúng em cảm ơn tất cả những điều Thầy Cô đã luôn chỉ bảo và hỗ trợ. Chúc mừng Ngày Nhà giáo Việt Nam!

55

Thank you for making learning an exciting adventure! Have a great Teachers' Day.

Em cảm ơn Thầy Cô vì đã biến việc học trở thành một cuộc phiêu lưu đầy thú vị! Chúc Thầy Cô Ngày Nhà giáo thật tuyệt vời.

56

Our parents gave us life and it was you who taught us how to live it. You introduced honesty, integrity, and passion to our character. Happy Vietnamese teachers' Day!

Cha mẹ đã cho em sự sống, nhưng chính Thầy Cô là người dạy em cách sống cuộc đời này. Thầy Cô đã dạy em về sự trung thực, chính trực và đam mê trong đời. Chúc mừng Ngày Nhà giáo Việt Nam!

57

You are the reason I look forward to school each day. Wishing you good health, happiness and success in life!

Thầy Cô là lý do em mong ngóng tới trường mỗi ngày. Chúc Thầy Cô luôn mạnh khỏe, hạnh phúc và thành Công trong cuộc sống.

58

Happy Teachers' Day to the most inspiring teacher who has always shown me the way, and who has always had my back.

Chúc mừng Ngày Nhà giáo đến người Thầy Cô truyền cảm hứng lớn lao nhất cho em - Người đã luôn dẫn lối và sẵn sàng bên cạnh em.

59

You will always be my favourite teacher. I wish that you have a life as bright as the impact you have in our lives. Happy Teachers' Day.

Thầy Cô sẽ mãi là người Thầy Cô em yêu quý nhất trong đời. Em mong Thầy Cô có một cuộc đời rực rỡ như những gì tươi đẹp Thầy Cô đã mang lại cho chúng em.

60

A teacher takes a hand, opens a mind, and touches a heart. Thank you for all the life lessons.

Một người Thầy đã dẫn bước, khai mở tâm trí và chạm vào trái tim. Cảm ơn Thầy vì tất cả những bài học cuộc đời.

61

Even though my grades may not always be the best, I assure you that having you as my teacher makes me truly blessed. Thank you for helping me be all I can be. Because of you I can see that my future is bright. Above all you taught me to shine forth my light. Happy Vietnamese Teachers' Day!

Dù điểm số của em không phải lúc nào cũng tốt nhất, em tin chắc rằng mình thực sự may mắn khi được làm học trò của Thầy Cô. Cảm ơn Thầy Cô đã giúp em trở thành phiên bản tốt nhất của chính mình. Nhờ Thầy Cô, em thấy tương lai thật tươi sáng. Hơn hết thảy, Thầy Cô đã dạy em cách tỏa sáng bằng sức mạnh của chính mình. Chúc mừng Ngày Nhà giáo Việt Nam!

62

Thank you for being more than just a teacher - you are a friend, a mentor, and a role model! I am so grateful for everything you have done for me.

Cảm ơn Thầy Cô đã không chỉ là một Nhà giáo, mà còn là người bạn, người hướng dẫn, một tấm gương để em noi theo! Em biết ơn vô bờ tất cả những gì Thầy Cô đã làm cho em.

63

Wishing you a happy Teacher's Day. You are like a burning torch to light the way for us.

Chúc Thầy Côngày Nhà giáo Việt Nam vui vẻ! Cảm ơn Thầy Cô đã dạy dỗ, chỉ đường cho chúng em nên người.

64

On the occasion of Teachers' Day, we would like to send our best wishes to you. Wishing you a healthy and steady step on your career path.

Nhân ngày Nhà giáo Việt Nam, chúng em muốn gửi những lời chúc tốt đẹp nhất đến Thầy Cô. Chúc Thầy Côcó thật nhiều sức khỏe và luôn thành Công trên con đường sự nghiệp.

65

Happy Teacher's Day to the ones who go above and beyond to make learning an exciting journey.

Chúc mừng ngày Nhà giáo dành cho những người nỗ lực hết mình để biến việc học tập thành một hành trình thú vị.

66

You are the second mother that I love most. Wish you always happiness, beauty, and success in your career.

Cô là người mẹ thứ hai của em và em yêu quý Cô rất nhiều! Em chúc Cô luôn vui vẻ, hạnh phúc, xinh đẹp và thành Công trên con đường sự nghiệp mình chọn.

67

Wishing a very Happy 20/11 to the one who sees the potential in each of their students and helps them shine bright like stars.

Chúc một ngày 20/11 thật vui vẻ đến người nhìn thấy được tiềm năng trong mỗi học sinh của mình và giúp các em tỏa sáng như những ngôi sao.

68

It has been an honor to get to learn so many things from you. Thanks for inspiring me!

Thật là vinh dự khi em được học rất nhiều tốt đẹp từ Thầy Cô. Cảm ơn Thầy Cô vì đã truyền cảm hứng cho em!

69

Happy Teacher's Day to the teacher who believes us, challenges us, and celebrates our successes!

Chúc mừng ngày Nhà giáo tới những người giáo viên đã tin tưởng chúng ta, thử thách chúng ta và chúc mừng vì những thành Công chúng ta có được!

70

Happy Teacher's Day to the ones who teach with patience, guide with love, and inspire with passion. Thank you for being an incredible mentor!

Chúc mừng ngày Nhà giáo tới Thầy Cô, những người dạy học bằng sự kiên nhẫn, hướng dẫn bằng tình yêu và truyền cảm hứng bằng niềm đam mê. Cảm ơn Thầy Cô đã là một người cố vấn đáng kinh ngạc!

71

On this Teacher's Day, I want to express my gratitude to the educators who not only impart knowledge but also ignite curiosity and passion in every student.

Nhân ngày Nhà giáo Việt Nam năm nay, em muốn bày tỏ lòng biết ơn tới những Nhà giáo dục, người không chỉ truyền đạt kiến thức mà còn khơi dậy sự tò mò, đam mê trong mỗi học sinh.

72

Your dedication to shaping and educating the future generation does not go unrecognized. Thank you for being a beacon of knowledge and inspiration.

Sự cống hiến của Thầy Cô trong việc định hình và đào tạo một thế hệ tương lai sẽ được Công nhận. Cảm ơn Thầy Cô đã là ngọn hải đăng của kiến thức và nguồn cảm hứng bất tận.

73

Our parents gave us life, but you gave us the gift of knowledge. Thank you for teaching us, guiding us, and supporting us.

Cha mẹ cho chúng ta cuộc sống, nhưng Thầy Cô đã cho chúng ta món quà tri thức. Cảm ơn Thầy Cô đã dạy dỗ, dìu dắt và hỗ trợ chúng em.

74

Every day is November 20th for me. I hope you will find happiness and that you will always be proud of the wonderful students you have.

Đối với em, ngày nào cũng giống như ngày 20 tháng 11 vậy. Em hy vọng Thầy Cô sẽ tìm thấy hạnh phúc và Thầy Cô sẽ luôn tự hào về những học sinh tuyệt vời của mình.

75

Your wisdom, patience, and kindness make all the difference. Happy Teacher's Day!

Sự thông thái, kiên nhẫn và lòng tốt của Thầy Cô tạo nên sự khác biệt. Chúc mừng ngày Nhà giáo Việt Nam!

76

Here's to the teacher who makes every lesson an opportunity for growth. Happy 20/11!

Xin gửi lời cảm ơn tới Thầy Cô, người đã biến mỗi bài học thành một cơ hội để phát triển. Chúc mừng ngày 20/11!

77

Here's to the teacher who makes learning enjoyable and unforgettable. Happy Teacher's Day!

Đây là lời cảm ơn tới giáo viên, người đã khiến việc học trở nên thú vị và khó quên. Chúc mừng ngày Nhà giáo!

78

Thank you, my teachers, for igniting the dream fire within me. You wouldn't be here today if it weren't for you.

Cảm ơn Thầy Cô vì đã thổi bùng lên ngọn lửa ước mơ trong con. Con sẽ không thể trở thành con ngày hôm nay nếu không có Thầy Cô.

79

Wishing you a fantastic Teacher's Day filled with appreciation and recognition for the incredible impact you make in the lives of your students.

Chúc Thầy Cô một ngày Nhà giáo Việt Nam tuyệt vời với sự biết ơn và ghi nhận của các học trò, những người đã nhận được ảnh hưởng sâu sắc đến cuộc đời nhờ sự dìu dắt của các Thầy Cô.

80

Happy Teacher's Day to the architects of minds, the sculptors of dreams, and the painters of futures. The dedication to molding young minds into works of art is truly inspiring!

Chúc mừng ngày Nhà giáo tới những kiến trúc sư của trí óc, nhà điêu khắc của những giấc mơ và họa sĩ tạo ra tương lai. Sự cống hiến của Thầy Cô trong việc hun đúc trí tuệ thế hệ trẻ thành các tác phẩm nghệ thuật thực sự truyền cảm hứng!

81

I will always remember the lessons you have taught me. You have inspired me to be a better person. Happy 20/11!

Em sẽ luôn luôn ghi nhớ những bài học mà Thầy Cô đã dạy em. Thầy Cô đã truyền cảm hứng cho em trở thành một người tốt hơn. Chúc mừng ngày 20/11!

82

Thanks for always taking care of us and reassuring us that all of us were doing okay. You arc the world's best teacher! Thank you for everything!

Em thật lòng cảm ơn Thầy Cô đã luôn quan tâm và động

viên chúng em. Thầy Cô là người Thầy Cô giáo tuyệt vời nhất với em! Em cảm ơn Thầy Cô vì tất cả.

83

Happy Teacher's Day. Thank you, a lot, teacher! You gave us a lot of priceless advice so that I can complete myself.

Chúc mừng ngày Nhà giáo Việt Nam. Em cảm ơn Thầy Cô nhiều lắm! Thầy Cô đã mang đến cho em những lời khuyên vô giá để em có thể hoàn thiện bản thân.

84

I have become a good citizen thanks to the teacher's merit. I hope you are always happy and dedicated to work. Happy Teachers' Day!

Em trở thành một người Công dân tốt là nhờ Công lao của Thầy/Cô. Em hi vọng rằng Thầy Cô luôn hạnh phúc và tận tâm với Công việc. Chúc mừng ngày Nhà giáo Việt Nam!

85

Happy Teachers' Day in Vietnam. I hope you will always keep up the good work and accompany us in the future!

Chúc mừng ngày Nhà giáo Việt Nam. Em hi vọng rằng Thầy sẽ luôn giữ phong độ và đồng hành cùng chúng em trong tương lai!

86

You are the great ocean of knowledge. Thank you for dedicating yourself to the education career and teaching us to become good citizens as we are now.

Thầy Cô là một biển lớn của tri thức. Em cảm ơn Thầy Cô đã cống hiến cho sự nghiệp giáo dục và dạy dỗ chúng em trở thành những Công dân tốt như hiện tại.

87

On this special day, I want to express my heartfelt gratitude to the teacher who believes in the potential of every student and works tirelessly to help them succeed. Thank you for your unwavering dedication!

Nhân ngày đặc biệt này, em muốn bày tỏ lòng biết ơn chân thành đến người Thầy Cô, người luôn tin tưởng vào tiềm năng của mỗi học sinh và làm việc không mệt mỏi để giúp các em thành Công. Cảm ơn sự cống hiến không ngừng nghỉ của quý Thầy Cô!

88

To the teacher who makes learning enjoyable and memorable, Happy Teacher's Day! Thank you for bringing creativity and enthusiasm into every lesson.

Gửi tới người giáo viên đã khiến việc học trở nên thú vị và đáng nhớ, Chúc mừng Ngày Nhà giáo Việt Nam! Cảm ơn Thầy Cô đã mang đến sự sáng tạo và nhiệt huyết trong mỗi bài học.

89

Thank you to the one who led and accompanied me from the first step on my knowledge path.

Cảm ơn Thầy Cô, người đã dìu dắt và đồng hành cùng em từ những bước chân đầu tiên trên con đường tri thức.

90

I feel lucky enough to have a teacher who helped me recognize my talent and interests, guided and supported me, and motivated me to do my best. Happy Teacher's Day!

Em luôn biết ơn và cảm thấy may mắn vì gặp được Thầy Cô. Thầy Cô đã giúp em nhận ra thế mạnh của bản thân, cổ vũ, động viên em theo đuổi đam mê, sở thích của mình, định hướng và giúp đỡ em rất nhiều giúp em tự tin thể hiện bản thân. Chúc Thầy Cô ngày Nhà giáo Việt Nam nhận được thật nhiều niềm vui.

91

Wishing a blessed Teacher's Day to the guide who not only teaches us to excel academically but also supports our emotional well-being and personal growth.

Chúc một Ngày Nhà giáo may mắn đến với Người hướng dẫn, Người không chỉ dạy chúng ta vượt trội về mặt học thuật mà còn hỗ trợ sức khỏe tinh thần và sự phát triển cá nhân của chúng ta.

92

To the conductor of curiosity, the cultivator of creativity, and the virtuoso of vision, Happy 20/11!

Gửi đến Người chỉ huy của trí tò mò, Người trau dồi khả năng sáng tạo và tầm nhìn điêu luyện, chúc mừng ngày 20/11!

93

On the occasion of Vietnamese Teachers' Day, I wish you and your family good health, happiness, and success in life.

Nhân dịp kỷ niệm ngày Nhà giáo Việt Nam, em xin muốn gửi

lời chúc chân thành: Kính chúc Thầy Cô và gia đình Thầy Cô luôn mạnh khỏe, hạnh phúc và thành Công trong cuộc sống.

Ni sư Giới Hương ngồi chính giữa và tặng sách cho Tăng Ni sinh Khoa Anh Văn Phật Pháp khóa 17, ngày 11/8/2023

Phụ Lục 1

Đại Lễ Kỷ Niệm 35 Năm Thành Lập Học viện PGVN TP.HCM

Nam Mô Bổn Sư Thích Ca Mâu Ni Phật.

Kính bái bạch Chư Tôn Hòa Thượng, Chư Thượng Tọa, Chư Tôn Đại Đức Tăng,

Kính bái bạch Quý Ni Trưởng, Quý Ni sư, Chư Tôn Đại Đức Ni,

Kính thưa các cấp lãnh đạo Chính Quyền, Mặt Trận, Ban Tôn Giáo…

Kính thưa Quý cựu tân Tăng Ni sinh các khóa của Bổn trường,

Kính thưa Quý ân nhân, Quý nhà trí thức, Quý Phật tử gần xa,

Kính thưa Quý Liệt vị.

Hôm nay ngày 8 tháng 12 năm 2019, ngày Đại Lễ Kỷ niệm 35 năm ngày thành lập Học viện PGVN TP HCM tại cơ sở 2 Học viện (xã Lê Minh Xuân, huyện Bình Chánh). Trong giờ phút quan trọng này, con rất vinh hạnh được ban tổ Chức cho phép con là Tỳ-kheo-ni…, đại diện cho Ni sinh khóa… nói lên đôi lời tri ân ơn đức giáo dưỡng sâu dày của Ban Giám Hiệu, Ban Điều Hành của Bổn trường.

Hồi tưởng lại như một giấc mơ.

Mới đây mà đã 35 năm trôi qua.

35 năm xa Thầy cách bạn.

Ôi! Biết nói sao cho vừa! Sự khó khăn gian khổ và thử thách của Quý Ngài trong Ban Giám Hiệu lúc ấy! Phải đi kêu gọi sự giúp đỡ của các chùa, của đàn na tín thí… trong thời kỳ "gạo châu củi quế"!

Ơn giáo dưỡng một đời nên huệ mạng

Nghĩa Ân Sư muôn kiếp khó đáp đền.

Vì thế trên bước đường hành Đạo, dù gặp khó khổ cỡ nào… nhớ đến ơn đức Quý Ngài… chúng con đều cố gắng vượt qua!...

Dù Đạo hay Đời… cái thuở còn là học sinh…vẫn là thời son vàng hạnh phúc nhất!

Cái thuở ban đầu lưu luyến ấy

Nghìn năm hồ dễ mấy ai quên...

Kính thưa quý Ngài,

Nhân dịp này, Ni sinh Chúng con mạo muội xin trình một ước nguyện:

Chúng con Tăng Ni sinh muốn an cư kiết hạ ba tháng tại Học viện. Kính mong Quý Ngài đừng rút ngắn thời gian học tập của Tăng Ni sinh chúng con!... mà hãy thêm vào thời gian sống chung tu học, thực tập tu hành tại trường, nhất là trong ba tháng An cư kiết hạ để Tăng Ni sinh có đủ Đạo lực khi ra trường, nhất là các vị không về với Bổn Sư, mà đi lãnh Chùa, tạo Thất đi hoằng pháp… Chúng con cần thời gian tu học dưới sự hướng dẫn của quý Ngài để được mặc chiếc áo "nhẫn nhục," không bị lửa sân thiêu đốt, không bị nước ái nhận chìm mà hành Đạo được dễ dàng hơn!...

Được làm đệ tử xuất gia của Đức Phật, được học, được tu dưới sự giáo dưỡng của Quý Ngài, dưới mái trường Học viện Phật giáo Việt Nam, TP.HCM là một hạnh phúc lớn lao vô bờ bến, không lời nào nói cho hết được! Huống chi chỉ có vài phút bộc bạch nơi đây thì làm sao tả xiết.

Trước khi dừng lời, đai diện chư Tăng Ni sinh của các khóa, chúng con xin kính dâng lên Quý Ngài, những bậc Thầy tôn kính của chúng con, ba bài thơ ngắn để nhớ ngày Đại Lễ Kỷ

Niệm 35 năm thành lập Học viện PGVN TP HCM.

Hội Ngộ

Cảm động lòng dâng ngập ý thơ
Tràn lên biển trí thoát ranh bờ
Nên duyên hội ngộ không hề hẹn
Diễm phúc tương phùng chẳng phai mờ
Giao cảm tình cao trong phút chốc
Đượm lòng nghĩa nặng những bao giờ…
Chạnh lòng nhớ thuở đoàn viên ấy…
Trút trọn lòng con… dâng ý thơ!...

***

Thuyền Từ

Ba mươi lăm năm giấc mơ hoa!
Khai trường Cao Cấp Phật Đà Hồ Chí Minh
Từ Quảng Tri, Thừa Thiên, khắp miền Trung, Nam Bộ
Sáu mươi Tăng Ni sinh khóa I
Sau bốn năm tốt nghiệp ra trường
Chung lo Phật sự vẹn toàn
Theo đà phát triển huy hoàng hôm nay
Ngài Viện Trưởng, Quý Ân Sư…
Ân nhân, tứ chúng dựng xây tô bồi
Học viện Phật giáo tuyệt vời!
Chính Quyền ủng hộ người người tấn tu…

Biết bao Công đức, mồ hôi…
Ngày nay mới được rạng ngời trước sau!
Thầy xưa, huynh đệ giờ đây…
Vị thì viên tịch, vị còn già nua!
Nhất tâm phụng Đạo ích đời!...
Trăng thu tỏ rạng giữa trời quang mây!
Thời gian vẫn nhẹ nhàng trôi!...
Cuốn theo hết cả một thời vàng son...
Còn chi Lá rụng đầu non
Còn chăng? Mầm biếc vẫn còn chờ xuân
Vô thường kiếp sống mong manh
Vững tay chèo lái lênh đênh Thuyền Từ
Bến bờ An Tịnh Chơn Như…
Hữu duyên túc phước Thuyền Từ độ đưa!
Dựng xây, phát triển, kế thừa…
Tốt Đời, Đẹp Đạo vẹn đền Tứ Ân!...

***

Niệm Nhớ

Nhớ thủa đoàn viên chốn cửa không
Ra đi lòng những sót xa lòng...
Bùi ngùi trở gót… dừng quay lại…
Bịn rịn trông vời… dậy nhớ mong
Nỗi vắng xa Thầy!... Tâm buốt lạnh!
Khối tình Sư đệ đượm thêm nồng

Ước rằng: giữ trọn niềm tri kỷ!

Nhuận sắc hân hoan đẹp Cội Tùng...

Kính chúc Quý Ngài Giảng sư Pháp thể khinh an, chúng sanh dị độ và toàn thể Quý liệt vị thân tâm thường lạc, hoạch đại kiết tường, viễn ly khổ não.

Nam mô Chứng Minh Sư Bồ Tát Ma Ha Tát.

***

Hàng đầu, từ phải: *Ni sư T.N. Giới Hương (ngồi bìa) cùng quý Ni sư Giảng viên Giáo thọ*

Phụ Lục 2

Thư Thầy Thích Nhất Hạnh Gửi Các Thầy Cô giáo

Nếu bạn yêu ai đó, món quà quý nhất bạn có thể tặng họ là sự có mặt của mình.

Là một Nhà giáo, tôi rất yêu nghề. Là những Thầy giáo, Cô giáo, chắc hẳn quý vị cũng yêu nghề. Chúng ta đều muốn đào tạo ra những con người lành mạnh, có khả năng tạo dựng hạnh phúc cho tự thân và cho xã hội. Nhiệm vụ của chúng ta không chỉ là trao truyền kiến thức mà còn là xây dựng con người, xây dựng một xã hội nhân bản để có thể chăm sóc hành tinh yêu quý của chúng ta. Tôi có rất nhiều may mắn vì những người trẻ đến với tôi đều có cùng một ước muốn chuyển hóa tự thân, sống hạnh phúc và giúp cho những người khác cũng sống hạnh phúc như mình. Mỗi khi vào lớp, tôi luôn cảm thấy hạnh phúc vì giữa Thầy trò có sự cảm thông, có tình huynh đệ, điều này giúp cho việc trao truyền và tiếp nhận trở nên dễ dàng hơn rất nhiều. Tôi hỏi thăm các học trò của tôi về đời sống của họ và tôi cũng kể cho họ nghe những khó khăn cũng như những ước mong của tôi, vì vậy luôn luôn có sự kết nối giữa Thầy và trò.

Những Khó Khăn Trong Công Tác Giáo Dục

Chúng ta biết những người trẻ và các bậc phụ huynh trong thời đại chúng ta có rất nhiều nỗi khổ, niềm đau trong lòng. Cha mẹ không truyền thông được với nhau hay giữa cha mẹ và con cái không dễ dàng nói chuyện được với nhau. Trong lòng những người trẻ luôn có sự Cô đơn, trống vắng và chúng tìm cách khỏa lấp nỗi Cô đơn trống vắng ấy bằng những trò chơi điện tử, phim ảnh, nghiện ngập hay những thú tiêu khiển độc hại. Khổ đau trong lòng những người trẻ càng nhiều thì Công tác giáo dục càng trở nên khó khăn. Là những Thầy giáo, Cô giáo, chúng ta cũng có những khó khăn. Chúng ta đã luôn cố gắng nhưng môi trường sống và làm việc của chúng ta quá nhiều khó khăn. Là những Thầy giáo, Cô giáo, nếu chúng ta không hạnh phúc thì làm sao chúng ta mong đợi con em mình hạnh phúc? Đây là một vấn đề vô cùng quan trọng.

Có phải là do chúng ta chưa có đủ kiên nhẫn, hiểu biết, thương yêu và tươi mát để xử lý những khó khăn này? Có phải là chúng ta đang cần một đường hướng tâm linh cụ thể để giúp chúng ta chuyển hóa tự thân và sau đó giúp chuyển hóa những người thương đang sống quanh mình? Bởi vì khi chúng ta chưa thay đổi được tự thân thì chúng ta khó lòng giúp được những người khác làm vơi bớt khổ đau của họ. Một khi chúng ta đã có được sự thành Công trên con đường chuyển hóa, chúng ta sẽ trở nên vui tươi hơn, từ bi hơn và ta sẽ có khả năng giúp cho những người xung quanh cũng làm được như vậy.

Điều đầu tiên, chúng ta có thể làm là trở về với tự thân chúng ta. Lối ra tùy thuộc đường vào nội tâm. Trở về để chăm sóc chính mình. Chúng ta cần học cách chế tác niềm vui, cách xử lý những cảm thọ khó chịu hay lắng nghe những nỗi khổ, niềm đau trong mình để có thể hiểu được, thương được và nhờ vậy, khổ đau cũng từ đó mà được vơi nhẹ.

Thực tập chánh niệm là phải vui. Đó là một nghệ thuật sống. Với niệm, định và tuệ, ta có thể chế tác niềm vui bất cứ khi nào ta muốn. Cũng với năng lượng chánh niệm, ta có thể ôm ấp và xử lý những nỗi khổ, niềm đau. Thiếu năng lượng chánh niệm này, ta sẽ cảm thấy sợ hãi mỗi khi đối diện với những nỗi khổ, niềm đau đang tràn ngập trong lòng ta. Chánh niệm là nguồn năng lượng giúp ta có mặt trọn vẹn ngay bây giờ và ở đây, giúp ta tiếp xúc được với những gì đang xảy ra trong hình hài, cảm thọ, tâm ý và trong vũ trụ này. Từ đó, ta có thể tiếp xúc với những mầu nhiệm của cuộc sống để ta được nuôi dưỡng và trị liệu. Khi ta thở vào, thở ra có ý thức là ta đang thở chánh niệm. Khi ta đi trong ý thức là ta đang thực tập thiền đi. Khi ăn sáng trong chánh niệm là ta đang thực tập thiền ăn. Ta không cần phải ngồi suốt ngày trong thiền đường mới gọi là thực tập thiền. Chúng ta có thể thực tập mọi nơi, ngay cả khi đang tắm, đang lái xe, hay đang tập trung cho một dự án, một Công việc tại Công sở, hay trong những mối quan hệ với mọi người xung quanh. Năng lượng chánh niệm được chế tác bằng những hơi thở ý thức hay những bước chân chánh niệm. Chánh niệm giúp ta đem tâm trở về với thân và một khi thân tâm đoàn tụ thì ta đang thực sự an trú trong phút giây hiện tại.

Những mầu nhiệm của sự sống chỉ có mặt trong giây phút đó. Quá khứ đã qua, tương lai chưa tới, sự sống chỉ thật sự có mặt ngay bây giờ và ở đây. Chánh niệm giúp ta nuôi lớn chánh định. Với niệm và định thì tuệ giác cũng được phát sinh. Thở vào một hơi thở ý thức, ta sẽ khám phá ra những điều vô cùng đơn giản mà thiết yếu, như cái thấy rằng ta đang còn sống và đang có một hình hài. "Ta biết là ta đang có một hình hài", đó đã là một tuệ giác rồi. "Thở vào, ta biết ta đang còn sống, còn sống là một mầu nhiệm, mầu nhiệm lớn nhất trong tất cả những mầu nhiệm." Những người đã chết thì đâu có thể thở được nữa. Thở ra, ta có thể ăn mừng sự sống rằng phổi ta còn khỏe để thở vào, chân ta còn mạnh để có thể bước đi, có thể chạm lên đất Mẹ.

Cuộc sống ngày nay tuy có nhiều phương tiện truyền thông như điện thoại thông minh, mạng xã hội... nhưng càng ngày thì sự truyền thông giữa vợ và chồng, bố mẹ và con cái, Thầy Cô giáo và học sinh... lại càng trở nên khó khăn. Điều đó nói lên rằng phương tiện truyền thông hiện đại không hề giúp ta truyền thông tốt hơn. Nếu ta không trở về tiếp xúc với tự thân để thấy được đâu là nguyên nhân của những sợ hãi, giận hờn và nỗi khổ, niềm đau trong ta, thì làm sao ta có thể truyền thông được với chính mình? Và một khi ta không thể truyền thông với tự thân thì làm sao ta có thể truyền thông được với những người khác? Tái lập truyền thông và đem lại sự hòa giải là chuyện có thể làm được. Sự thực tập ái ngữ và lắng nghe giúp cho chúng ta thiết lập lại truyền thông và đưa tới sự hòa giải. Trước tiên, chúng ta cần có mặt và hiểu được hình hài, cảm thọ, tri giác và khổ đau của chính chúng ta. Chánh niệm giúp ta có khả năng đối diện và hiểu thấu những khổ đau trong ta mà không phải trốn chạy hay tìm cách khỏa lấp chúng. Tiếp đến, Thầy Cô giáo có thể ngồi lại với học sinh của mình để cùng chia sẻ những khó khăn nằm sâu bên trong mỗi người. Một khi học sinh đã cảm thông được những khó khăn của Thầy Cô giáo rồi thì các em sẽ không tiếp sức làm cho những khó khăn ấy lớn thêm. Cũng vậy, một khi Thầy Cô giáo đã lắng nghe được những khó khăn của học sinh, Thầy Cô giáo sẽ biết cách để giúp cho các em bớt khổ. Khi đó lớp học sẽ trở thành một không gian chia sẻ hạnh phúc cho tất cả mọi người. Lắng nghe với tình thương và sự cảm thông giúp cho người kia trải hết lòng ra. Đó là thực tập của Bồ tát Quán Thế Âm, chỉ lắng nghe thôi, không phán xét, không phản ứng. Trong vòng nửa giờ đồng hồ lắng nghe, chúng ta đã có thể làm vơi nhẹ khổ đau trong lòng của người kia.

Ăn Cơm Có Canh, Tu Hành Có Bạn

Chúng ta phải nghĩ tới việc xây dựng tăng thân, tức là một đoàn thể trong đó có những đồng nghiệp hay những người làm việc trong trường học, có thể là 3 hay 4 người mà ta truyền thông được dễ dàng nhất. Chúng ta phải đến với nhau để có thể tiếp tục sự thực tập, thực tập không phải với tính chất một cá nhân hay một gia đình mà là với tính chất một đoàn thể. Chúng ta có thể cùng đi thiền, cùng uống trà hay thực tập thiền buông thư với nhau. Chúng ta hãy bắt đầu với một nhóm gồm những Thầy giáo, Cô giáo có hạnh phúc. **"Thầy giáo, Cô giáo có hạnh phúc sẽ thay đổi thế giới"**. Với tăng thân nhỏ bé đó ta có thể làm thay đổi cả tập thể của trường. Chúng ta có thể viết một lá thư: "Chúng tôi là một nhóm người, chúng tôi đã thực tập như vậy và đã đạt được nhiều sự chuyển hóa trong đời sống, trong việc làm cũng như trong lớp học. Chúng tôi nghĩ thật là tuyệt vời nếu quý vị cùng thực tập với chúng tôi". Như vậy những đồng nghiệp khác cũng sẽ bắt đầu nếm được sự bình an, tình huynh đệ và sự buông thư đó. Chúng ta không thể tiếp tục như hiện nay, tại vì nếu các giáo chức không có hạnh phúc, không có sự bình an và sự hòa hợp với nhau thì làm sao chúng ta giúp được cho những người trẻ bớt khổ và thành Công trong sự học hành. Xây dựng tăng thân là một Công tác cấp bách và mỗi giáo chức phải là một người xây dựng tăng thân.

Sau khi giác ngộ, việc đầu tiên Bụt đã làm là xây dựng một tăng thân. Ngài biết rất rõ là nếu không có tăng thân thì Ngài sẽ không hoàn thành được sự nghiệp của một vị Bụt. Giáo chức là một nghề rất cao quý, rất đẹp, rất đáng được kính trọng. Nhưng nếu không có một tăng thân thì chúng ta cũng không làm được gì nhiều. Vì vậy, xây dựng tăng thân là một việc tối cần thiết!

Các bạn thân mến, bộ sách **"Thầy giáo, Cô giáo có hạnh phúc sẽ thay đổi thế giới"** trên tay các bạn là hoa trái của Công trình biên tập và làm việc hết lòng của Cô Katherine Weare – một Nhà giáo dục và cũng là một người hướng dẫn chánh niệm – và những người học trò của tôi. Trong bộ sách này, rất nhiều giáo viên đã chia sẻ kinh nghiệm làm thế nào họ có thể tưới tẩm những hạt giống tỉnh thức trong mình và trong mọi người để tạo ra những Thầy giáo, Cô giáo hạnh phúc có mặt trong các lớp học tại các trường phổ thông và đại học.

Sách Thầy Cô giáo sẽ thay đổi Thế giới – Thích Nhất hạnh

Những thực tập và phương pháp trình bày trong này đều đã được chia sẻ trong các khóa tu dành cho giới giáo chức đã được tổ chức tại nhiều nước trên thế giới. Cô Katherine, với tuệ giác và kinh nghiệm giảng dạy lâu năm của mình, đã thu thập và trình bày lại một cách rõ ràng, dễ hiểu để chúng ta có thể áp dụng được vào đời sống của chúng ta cũng như trong các lớp học. Mong sao tất cả chúng ta có đủ thời gian và cơ hội để cùng nhau thực tập những điều này.

Chúc các bạn thưởng thức được sự thực tập của mình.[2]

2. Thư Thầy Thích Nhất Hạnh gửi các Thầy Cô giáo. https://thuvien-thichnhathanh.org/thu_thay/thu-thay-thich-nhat-hanh-gui-cac-thay-co-giao/

Phụ Lục 3

Ni sư T.N. Giới Hương Viếng Thăm Quý Thầy Cô Tăng Ni sinh Trường Delhi, Ấn Độ

(Bài phát biểu của Ns T.N. Giới Hương)

Nam Mô Bổn Sư Thích Ca Mâu Ni Phật Kính thưa Thượng Tọa Tiến Sĩ T. Hạnh Chánh,

Kính thưa quý Thầy Cô Tăng Ni sinh tại Delhi,

Chúng con là Tỳ Kheo Ni T.N. Giới Hương và phái đoàn chùa Hương Sen (sư Cô Diệu Hoa, Phật tử Tịnh Bình, Pt Quảng Trí và Pt Chánh Hảo) kính chào Thượng Tọa Tiến Sĩ Thích Hạnh Chánh, Trưởng ban đại diện lưu học sinh Phân Khoa Phật học Đại học Delhi, và kính chào 27 quý Thầy Cô Tăng Ni Việt Nam du học sinh đang theo học ở Delhi, Ấn Độ.

Trước cổng Ký Túc Xá Quốc Tế International House

Kính thưa Chư Tôn Thiền Đức Tăng Ni,

Con là TKN Giới Hương và Thượng Tọa Thích Hạnh Chánh là bạn học cùng khóa 2 Cao Cấp Phật Học (1989-1994) và qua học ở Delhi 10 năm từ năm 1995-2005 cũng cùng thời gian với Thượng Tọa Hạnh Chánh luôn. Chắc quý Thầy Cô trẻ hiện nay thuộc khóa 6-10, lớp sau này.

TT Hạnh Chánh đứng phát biểu, Ni sư T.N. Giới Hương (phải)

Hôm nay về thăm lại Delhi Ấn độ, được Thượng Tọa trưởng ban đại diện sắp cho gặp quý Thầy Cô Tăng Ni sinh đang du học vào buổi chiều ngày 16/9/2019 này tại Ký túc xá Quốc tết International House thuộc Trường Đại Học Delhi, một nơi rất thân quen của chúng con, thật không có niềm vui nào vui hơn.

Toàn cảnh hội trường

Sở dĩ có chuyến viếng thăm hôm nay, vì chúng con có vài lý do:

Thứ nhất, ca dao Việt Nam có câu: "Bộ lông làm đẹp con Công, học vấn làm đẹp con người" Chúng con rất trân trọng sự tu học dồi kinh nấu sử để trang nghiêm mình và xã hội, làm đẹp giá trị văn hóa con người. Chúng con đến thăm trong đạo tình tôn sư, huynh đệ, cựu sinh viên và tân sinh viên, lớp trước đi thăm lớp sau, như khuyến khích, khát ngưỡng hạnh nguyện của quý Ngài.

Chúng con nhớ hình ảnh đầu tiên của các bậc tiền nhân rời Việt Nam kết duyên tu học tại Ấn Độ, nổi bật là cố Trưởng lão Hòa thượng Minh Châu, cố Hòa thượng Thích Chơn Thiện và hàng trăm Chư Tôn Đức Tăng Ni tiền bối đã kiên nhẫn tu học, thành tựu và về phụng sự cho Phật giáo Việt Nam. Hiện nay, Chư Tôn Đức Tăng Ni Delhi đang hiện diện đây, cũng đang từng bước tiếp nối, nuôi dưỡng ý chí rèn luyện, tu dưỡng và phụng sự để đóng góp một cách ý nghĩa cho Phật giáo Việt Nam và toàn cầu ở hiện tại và tương lai. Chúng con thật khát ngưỡng, kính lễ tri ân quý Thầy Cô.

Dưới bóng cây xanh
Ký Túc Xá Quốc Tết International House

Ni sư T.N. Giới Hương (đeo kiếng)
kính chào Quý Thầy Cô Tăng Ni

Thứ hai, trong đạo Phật có câu rằng: "Xây dựng một ngôi chùa lớn rất dễ, đào tạo một Tăng Ni tài lại rất khó" hay "Giáo dục là vũ khí mạnh nhất mà người ta có thể sử dụng để thay đổi cả thế giới" nghĩa là tiềm năng và khả năng đóng góp của Tăng Ni nghiên cứu sinh rất lớn cho mai sau. Phái đoàn Chùa

Hương Sen có chút ít tịnh tài, tịnh vật đến cúng dường gieo duyên, để khuyến khích quý Thầy Cô mạnh mẽ học tập, xây dựng sự nghiệp giáo dục đến thành tựu. Xin quý Cô nhận tấm lòng mọn của phái đoàn.

Hy vọng buổi gặp gỡ kết nối này sẽ trở thành nguồn động viên tinh thần, đem một niềm vui của tình đồng hương, đồng đạo đến thăm Tăng Ni đang xa xứ sở, theo đuổi các chương trình Cử Nhân, Thạc sĩ và Tiến Sĩ tại Delhi, Ấn Độ.

Kính nguyện quý Thầy Cô "Chân cứng đá mềm", "Có Công mài sắt, có ngày nên kim." Hãy vững tâm trên hành trình học tập và hoằng pháp, đóng góp vào sự phát triển của cộng đồng Phật giáo toàn cầu như Trưởng Lão Thích Trí Quảng, Viện Trưởng Học viện Phật giáo Việt Nam, TP.HCM, có dạy: " Hãy nỗ lực tu tập và phụng sự, lấy giới học làm căn bản trên lộ trình tu tập, lấy giới luật làm Thầy để khai phóng con đường tâm linh trở về bến giác là cách để trang nghiêm tự thân và sau này trở về phụng sự Giáo hội."

Chư Ni đứng lên chia sẻ cảm nghĩ

Chúng con xin phép có đôi lời cảm nghĩ mạo muội kính trình lên như vậy, kính xin Thượng Tọa Thích Hạnh Chánh, Trưởng ban đại diện lưu học sinh Phân Khoa Phật học Đại học Delhi, và quý Thầy Cô Tăng Ni Việt Nam du học sinh đang theo học ở Delhi, Ấn Độ, chứng minh tấm lòng của phái đoàn chúng con.

Nam Mô Chứng Minh Sư Bồ Tát ma ha tát.

Delhi University, ngày 16/09/2019

Thích Nữ Giới Hương

(huongsentemple@gmail.com)

Bên nhau – Nhớ mãi

Phụ Lục 4

Thương Lắm Tuổi Học Trò

Ni sư T.N. Giới Hương

Viết tặng Lớp Thực Tập Hoằng Pháp Khóa 16, năm 2023

Học trò là quãng thời gian đẹp nhất trong đời người. Sau này, khi Tăng Ni sinh tốt nghiệp, hoàn thành việc học, lập chùa, gánh vác Phật sự, va chạm thực tế, nhiều gian nan, khó khăn và thử thách đối mặt… nên bây giờ đang là học trò, sinh viên, Tăng Ni sinh hãy sống vui tươi và cống hiến trọn vẹn trong thời gian quý giá cho việc học này.

Rất tri ân Hòa thượng Bửu Chánh có lời mời Sư Giới Hương (*bạn học chung Khóa 2 và bạn học chung bên Ấn Độ*) hướng dẫn 3 buổi thực tập diễn giảng cho lớp Hoằng Pháp, khóa XVI (*ngày 18, 21 và 22 tháng 8 năm 2023*). Nhân đó, Ni sư được tiếp cận, trao đổi và chia sẻ với 70 Tăng Ni sinh của lớp Hoằng Pháp rất trẻ trung và dễ thương.

Tuy thời gian ngắn ngủi nhưng có rất nhiều kỷ niệm đáng nhớ như rất mến sư Minh Hùng lớp trưởng, tướng hảo như "a cute novice" nhưng rất chững chạc và quán xuyến trong việc điều hành lớp. Thầy Bổn Tâm, lớp phó phụ tá đa tài và nhiều "thần thông" trong 'sản xuất" hai PPT thuyết trình rất thuyết phục, và đặc biệt chỉ một đêm với thời khóa mùa hạ bận rộn, nhưng đã thay lớp làm clip "Tri ân Người Khai Trí" với nhiều hình ảnh và lời đọc truyền cảm nói về kỷ niệm lớp với Ni sư Giới Hương trong ba ngày! Thật tuyệt vời! Rồi sư Cô Thánh Nguyện (lớp phó học tập) cùng các Thầy Cô trong ban cán sự lớp đã thân cận lo in ấn, thu bài tập đầy đủ và bao luôn cả thị giả trà nước những buổi Ni sư đến lớp. Mỗi ngày bảng đen của lớp bỗng đẹp ra do bàn tay khéo léo của sư Cô Thơ Liên viết chữ thảo và trang trí hoa văn, khiến lớp mỗi ngày như tươi sắc lên. Rồi các Thầy Cô trưởng nhóm thuyết trình của hai ngày 21/8 và 22/8 rất sinh động.

Toàn cảnh lớp Hoằng Pháp ngày 22/8/2023

Ngày 21/8 có Thầy Bổn Tâm (nhóm 1 có 11 vị), Thầy Vạn Bảo (nhóm 2 có 11 vị), Thầy Tịnh Pháp (nhóm 3 có 10 vị), sư Minh Huy (nhóm 4 có 11 vị), Thầy Quảng An (nhóm 5 có 11 vị), Thầy Vạn An (nhóm 6 có 10 vị) và ngày 22/8 có Sư Cô Thơ Liên (nhóm 1), Sư Cô Huệ Tâm và Sư Cô Lâm Huyền Viên (nhóm 2), Sư Cô Trung Phú (nhóm 3), Thầy Tâm Chiêu (nhóm 4), Sư

Cô Vĩnh Hạnh (nhóm 5), Thầy Vạn An (nhóm 6) thay mặt nhóm lên thuyết trình… Nhìn chung, các nhóm thực tập giảng sư rất thành Công, sinh động, lưu loát, thuộc nhiều thơ văn minh họa, biết đưa ra câu hỏi mấu chốt (hài hước), biết chia sẻ nhiều mẩu chuyện thiết thực trải nghiệm của mình… Mỗi vị thực tập diễn giảng trong hai ngày đã hình thành xuất sắc vai trò "Như Lai Sứ Giả" của mình. Rồi những hình ảnh của lớp chụp kỷ niệm ở bảng hiệu Học viện PGVN, TP.HCM và Thư viện Trí Quảng với những màu áo nâu lam giản dị hiền hòa và đặc biệt là các vành nón lá dễ thương của người Việt chúng ta và còn nhiều nữa…

Vâng, thương lắm tuổi học trò! Ba buổi học trôi qua nhanh chóng đã để lại cho chúng ta nhiều kiến thức, tình cảm, tiếng cười và hình ảnh lưu niệm với nhau.

Vậy đó, chúng ta đã đến với nhau thật có ý nghĩa với nhau.

Cuộc vui nào cũng hết. Cuốn sách hay nào cũng đến tờ cuối cùng.

Phượng tím ơi, tím chi mà tím quá
Hàng liễu buồn tiễn biệt lúc chia tay.
Tạm biệt nhé, Tăng Ni sinh thương mến
Tạm biệt nhé Học viện trường hoe nắng…
Tăng Ni sinh ơi, thương lắm tuổi học trò!
Hãy vươn cao và lan tỏa những ước mơ.

Học viện PGVN, TP.HCM, ngày 23/8/20223

Viết nhanh theo yêu cầu của lớp,

Kính bút,

Thích Nữ Giới Hương

huongsentemple@gmail.com

Ni sư T.N. Giới Hương đứng chính giữa
Sư lớp trưởng (y vàng) và Thầy áo nâu, cùng Tăng Ni sinh

Phụ Lục
5

Tri Ân Người Khai Trí

Tập thể Tăng Ni sinh khoa Hoằng Pháp
Thành kính tri ân Ni sư Thích nữ Giới Hương
Giáo thọ bộ môn Thực Tập Diễn Giảng (14/8/2023)

Ni sư T.N. Giới Hương

THÍCH tôn khai sáng đạo nhiệm mầu
NỮ nhân cũng được dự vào trong
GIỚI Hạnh trang nghiêm lòng vẹn giữ
HƯƠNG từ đức tỏa khắp muôn phương.
Nam Mô Bổn Sư Thích Ca Mâu Ni Phật!

Kính bạch Ni sư Giáo thọ T.N. Giới Hương!

Chúng con cảm nhận quả thật chúng con là những học Tăng học Ni có nhiều phước duyên lớn trên con đường tu học, trong những ngày cuối Hạ thế này mà còn tao phùng với Ni sư, được người tận tâm hướng dẫn dìu dắt chúng con hoàn thành chặng đường còn lại của bộ môn Thực Tập Diễn Giảng, khoa Hoằng Pháp.

Hình ảnh Ni sư từ bi, hiền diệu như áng mây lành, lời nói trong trẻo mang đầy năng lượng tích cực và nhiệt huyết là những ấn tượng của ngày đầu chúng con được gặp Ni sư. Không phải chúng con tung hô, khen ngợi vì được Ni sư tặng cho nhiều sách, mà chúng con cảm nhận được tình cảm của một người Thầy, người Sư Chị đi trước luôn trân trọng mọi nhân duyên mà Ni sư có được, luôn muốn dành mọi điều tốt đẹp nhất cho học trò của mình, trao tặng pháp bảo một món quà vô giá. Kể cả việc chụp ảnh chúng con cũng phải thấy hổ thẹn với sự nhiệt tình của Ni sư, dù đã tròn lục tuần nhưng sự nhanh nhẹn không thua gì các Tăng Ni sinh trẻ bởi ai đi qua mùa Đông mới trân trọng những ngày nắng ấm, đi qua quãng đời dài sẽ trân trọng những kỉ niệm chúng ta có cùng nhau qua từng bức ảnh lưu niệm, sau này sẽ là minh chứng thật đẹp của tình Thầy trò.

Ni sư Giới Hương đang góp ý cho Nhóm thuyết trình

Rồi khi tìm hiểu về Ni sư chúng con lại càng khâm phục, khâm phục người con gái Như Lai lúc nào cũng tinh tấn trong việc học. Tốt nghiệp Tiến sĩ Phật học tại Đại học Delhi năm 2003, Cử nhân Văn tại Đại học Riverside, California và vẫn còn đang học nữa, học mãi. Không chỉ tinh tấn trong tu học mà Ni sư còn dõng mãnh làm Phật sự tại những trú xứ hữu duyên, khi năm 2000 đã thành lập chùa Hương Sen, Bình Chánh, Hồ Chí Minh, năm 2010 khai sơn chùa Hương Sen, thành phố Perris, tiểu bang Cali, Hoa Kỳ. Một đời tu xây dựng một ngôi Tam Bảo là đã rất nỗ lực vậy mà phận Nữ lưu nhưng thật anh hào có thể vừa đi về chăm lo cho hai trú xứ như vậy không phải dễ dàng gì mà Ni sư vẫn còn dành thời gian trước tác, dịch thuật và đến với giảng đường Học viện này chia sẻ kinh nghiệm tu tập cùng chúng con.

Rồi cả những giờ lên lớp, nói sao cho hết đức hạnh của người, chúng con tự biết các bài thuyết trình của mình còn va vấp, nhiều sạn và chưa hoàn thiện nhưng trong tấm lòng từ bi Ni sư đã chăm chú lắng nghe, quan sát từng bài thuyết trình thật kỹ và cố gắng tìm những điểm tốt nhất để khen ngợi, để tuyên dương và khích lệ chúng con, hạnh ái ngữ luôn nhìn mọi thứ trong chiều hướng tích cực, nói ra mỗi lời đều tao nhã, đẹp ý vừa lòng mọi người là phẩm chất của người tu hành chân chính hướng về ánh sáng của trí tuệ và từ bi, luôn nâng đỡ và yểm trợ hết lòng cho đàn hậu học, gieo vào lòng chúng con sự tự tin và thích thú đối với môn học. Bao nhiêu đó thôi cũng đủ để chúng con khâm phục và học theo hạnh của người cả đời này cũng không xong.

Ni sư chỉ đến với lớp chúng con có ba buổi ngắn ngủi nhưng đọng lại trong chúng con thật nhiều xúc cảm. Hình ảnh một vị chân tu lịch thiệp, sống đẹp, sống hết lòng vì Đạo đã cho chúng con thêm nhiều niềm tin, vững bước vào con đường tu học mà mình đang đeo đuổi, chỉ cần chúng con cố gắng sống và tu học đúng với Pháp và Luật thì các bậc tiền bối, những người Pháp lữ thiện tri thức sẽ xuất hiện và nâng đỡ chúng con, nhờ vậy mà Tăng đoàn luôn hòa hợp, giáo pháp xương minh.

Sông núi dẫu mai có chuyển dời
Ân tình thâm trọng mãi chẳng vơi
Con nguyện khắc ghi lời dạy bảo
Làm gói hành trang suốt cuộc đời.

Và cũng chỉ còn vài ngày nữa, Hạ trường Học viện Phật giáo Việt Nam sẽ hoàn mãn.

Ni sư Giới Hương tặng sách cho các Tăng Ni sinh Khoa Hoằng Pháp ngày 22/08/2023

Trong những phút giây lắng đọng linh thiêng này ngàn lời cảm ơn vẫn chưa nói đủ hết tâm tư chúng con muốn dâng lên người. Giờ đây đứng trước dung nhan người chúng con kính mừng khánh tuế Ni sư T.N. Giới Hương thêm tuổi đạo. Nguyện cầu hồng ân mười phương chư Phật, chư Bồ-tát, chư Hiền thánh gia hộ cho Ni sư pháp thể khinh an, tứ đại điều hòa, chúng sinh dị độ, để dìu dắt hàng đệ tử Xuất gia, tại gia và những thiện tri thức hữu duyên với Ni sư trên bước đường tu nhân học Phật, hoàn thành quả vị giải thoát trong ngày vị lai.

Chúng con đồng phát nguyện tinh tấn tu hành và luôn luôn noi theo gương trong sáng của Ni sư để đền đáp thâm ân dạy dỗ trong muôn một.

Nam Mô Chứng Minh Sư Bồ Tát Ma Ha Tát

Phụ Lục
6

Chùm Ảnh Kỷ Niệm

Cùng vui làm bếp với Ni sinh Học viện
Tháng 11 năm 2019

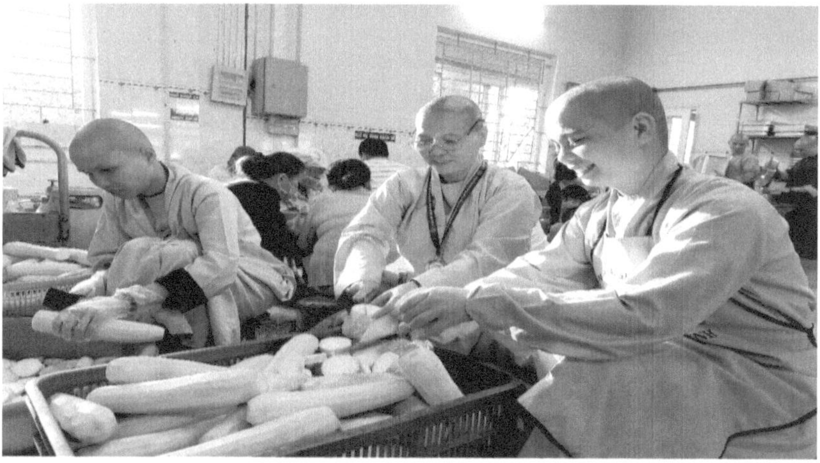

Ni sư Giáo thọ T.N. Giới Hương (chính giữa) cùng gọt bầu

Một gian nhà bếp Học viện

Ns T.N. Giới Hương (đứng giữa)
với ban trực nhật mang tạp-dề

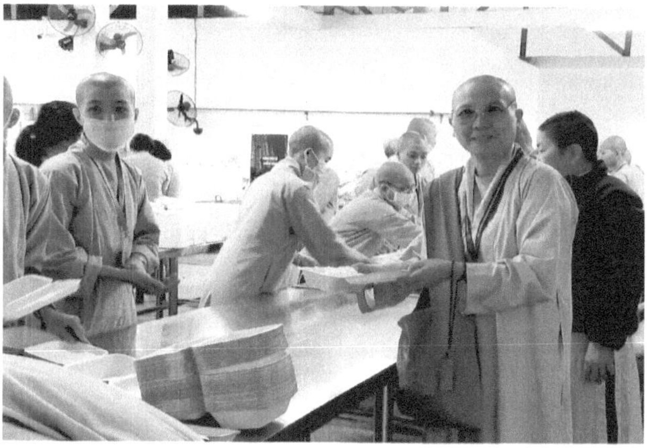

Phụ ban hành đường

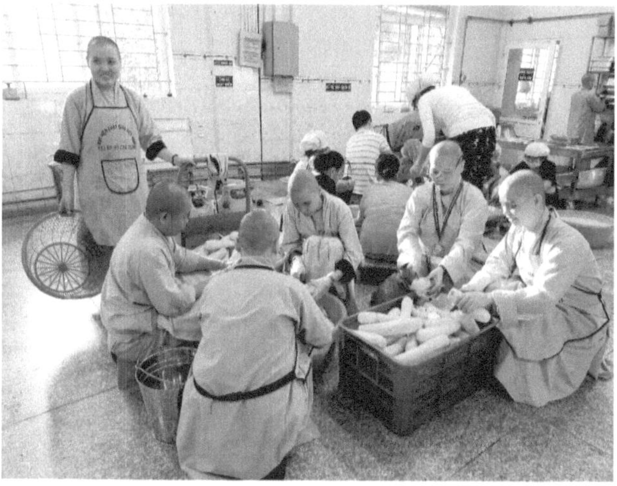

Chấp tác dưới ánh nắng ban mai

Thầy tôi bao thuở lái đò
Chúng tôi học trò như khách sang sông
Mai sau quay bắc trở đông
Hồn tôi vẫn mãi khắc công lái đò.
GIÁO HỘI PHẬT GIÁO VIỆT NAM
HỌC VIỆN PHẬT GIÁO VIỆT NAM TẠI TP. HỒ CHÍ MINH
Thiệp Mừng
NGÀY NHÀ GIÁO VIỆT NAM
20-11
TRI THỨC
Ngày 20 tháng 11 năm 2016

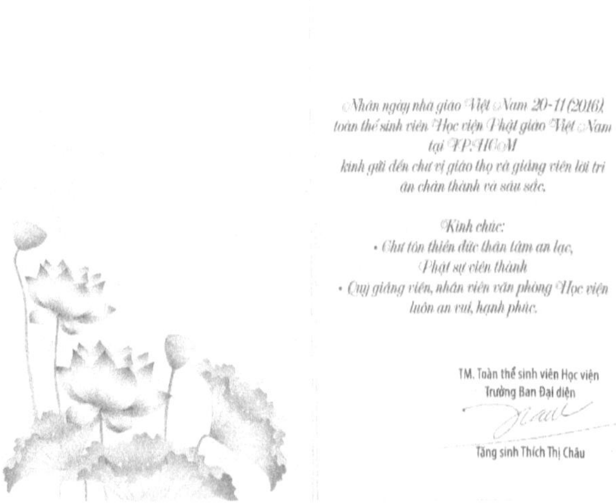
Nhân ngày nhà giáo Việt Nam 20-11 (2016),
toàn thể sinh viên Học viện Phật giáo Việt Nam
tại TP.HCM
kính gửi đến chư vị giáo thọ và giảng viên lời tri
ân chân thành và sâu sắc.
Kính chúc:
• Chư tôn thiền đức thân tâm an lạc,
Phật sự viên thành
• Quý giảng viên, nhân viên văn phòng Học viện
luôn an vui, hạnh phúc.
TM. Toàn thể sinh viên Học viện
Trưởng Ban Đại diện
Tăng sinh Thích Thị Châu

TỦ SÁCH BẢO ANH LẠC

do Ni Sư Tiến Sĩ T.N. Giới Hương biên soạn

1. *Boddhisattva and Sunyata in the Early and Developed Buddhist Traditions,* Bhikṣuṇī Gioi Huong, Delhi-7: Eastern Book Linkers, 1st print 2004. Tái bản 2nd reprint 2005 & Vietnam Buddhist University: HCM City: 3rd reprint.
2. *Bồ-tát và Tánh Không Trong Kinh Tạng Pali và Đại Thừa*, Thích Nữ Giới Hương, Delhi-7: Tủ Sách Bảo Anh Lạc, 2005. Tái bản lần 2 & 3, NXB Tổng Hợp Tp HCM, 2008 & 2010.
3. *Ban Mai Xứ Ấn* (3 tập) – *Tuyển tập các Tiểu Luận Phật giáo*, Thích Nữ Giới Hương, Delhi-7: 2005 và 2006. Nhà Xuất Bản Văn Hóa Sài Gòn, 2008.
4. *Sārnātha - Vườn Nai – Chiếc Nôi Phật giáo*, Thích Nữ Giới Hương, Delhi-7: 2005 và 2006. NXB Phương Đông, 2008 & 2010.
5. *Xá Lợi Của Đức Phật*, Tham Weng Yew, Thích Nữ Giới Hương chuyển ngữ, Delhi-7: 2005 và 2006. Tái bản lần 3, NXB Tổng Hợp Tp HCM, 2008.
6. *Quy Y Tam Bảo và Năm Giới*, Thích Nữ Giới Hương, Wisconsin, USA, 2008. Tái bản NXB Hồng Đức, năm 2010 & 2016.
7. *Vòng Luân Hồi*, Thích Nữ Giới Hương, NXB Phương Đông, 2008, 2010, 2014 và lần thứ 4, 2016.

8. *Hoa Tuyết Milwaukee,* Thích Nữ Giới Hương, NXB Văn Hoá Sài gòn, 2008.
9. *Luân Hồi trong Lăng Kính Lăng Nghiêm,* Thích Nữ Giới Hương, NXB Văn Hóa Sài gòn, 2008, 2012, 2014 và lần thứ 4, 2016.
10. *Quan Âm Quảng Trần*, Thích Nữ Giới Hương, NXB Tổng Hợp, 2010, 2012, 2014 và lần thứ 4, 2016. NXB Hồng Đức, 2018.
11. *Sen Nở Nơi Chốn Tử Tù,* nhiều tác giả, Thích Nữ Giới Hương chuyển ngữ, NXB Văn Hóa Sài gòn, 2010, 2012 và 2014.
12. *Nữ Tu và Tù Nhân Hoa Kỳ,* (2 tập), Thích Nữ Giới Hương, NXB Văn Hóa Sài gòn, 2010, 2011, 2014 và lần thứ 4, 2016. NXB Hồng Đức, 2018.
13. *Nếp Sống Tỉnh Thức của Đức Đạt Lai Lạt Ma Thứ XIV:* (2 tập), Thích Nữ Giới Hương, NXB Hồng Đức, năm 2012, 2014, và 2016.
14. *A-Hàm: Mưa pháp chuyển hóa phiền não*, (2 tập), Thích Nữ Giới Hương, NXB Hồng Đức, năm 2012, 2014, và lần thứ 3, 2016.
15. *Góp Từng Hạt Nắng Perris*, Thích Nữ Giới Hương, NXB Hồng Đức, 2014.
16. *Pháp Ngữ của Kinh Kim Cang*, Thích Nữ Giới Hương, NXB Hồng Đức, 2014. Tái bản lần thứ 2 & 3: 2015 & 2016.
17. *Tập Thơ Nhạc Nắng Lăng Nghiêm*, Thích Nữ Giới Hương, NXB Hồng Đức, 2014.
18. *Rebirth Views in the Śūraṅgama Sūtra,* Dr. Bhikṣuṇī TN Giới Hương, Fifth Edition, NXB Hồng Đức, 2018.
19. *Commentary of Avalokiteśvara Bodhisattva,* Dr. Bhikṣuṇī

TN Giới Hương, Fourth Edition, NXB Hồng Đức, 2018.

20. *Nét Bút Bên Song Cửa,* Thích Nữ Giới Hương, NXB Hồng Đức, 2018.

21. *Danh Ngôn Nuôi Dưỡng Nhân Cách - Good Words Nurture a Good Manner,* Thích Nữ Giới Hương sưu tầm, NXB Hồng Đức, 2020.

22. *Hương Sen, Thơ và Nhạc -Lotus Fragrance, Poem and Music* (Song ngữ Anh-Việt), Nguyễn Hiền Đức. Chuyển Anh Ngữ: Thích Nữ Giới Hương, NXB Hồng Đức, 2020.

23. *Cách Chuẩn Bị Chết và Giúp Người Sắp Chết-Quan Điểm Phật giáo* (*Preparing for Death and Helping the Dying – A Buddhist Perspective*), Sangye Khadro, Chuyển Việt Ngữ: Thích Nữ Giới Hương, tái bản lần 5, NXB Hồng Đức, 2024.

24. *The Key Words in Vajracchedikā Sūtra*, Thích Nữ Giới Hương, NXB Hồng Đức Publishing, 2020.

25. 32.*Văn Hóa Đặc Sắc của Nước Nhật Bản-Exploring the Unique Culture of Japan* (Song ngữ Anh-Việt), Thích Nữ Giới Hương, NXB Hồng Đức, 2020.

26. *Take Refuge in the Three Gems and Keep the Five Precepts,* Thích Nữ Giới Hương, Hồng Đức Publishing, 2020.

27. *Sống An Lạc dù Đời không Đẹp như Mơ-Live Peacefully though Life is not Beautiful as a Dream* (Song ngữ Anh-Việt), Thích Nữ Giới Hương, NXB Hồng Đức, 2020.

28. *Sārnātha —The Cradle of Buddhism from an Archeological Perspective,* Thích Nữ Giới Hương, Hồng Đức Publishing, 2020.

29. *Hãy Nói Lời Yêu Thương-Words of Love and Understanding* (Song ngữ Anh-Việt), Thích Nữ Giới Hương, Hồng Đức Publishing, 2020.

30. *Văn Hóa Cổ Kim qua Hành Hương Chiêm Bái -The Ancient- Present Culture in Pilgrim* (Song ngữ Anh-Việt), Thích Nữ Giới Hương, NXB Hồng Đức, 2020

31. *Cycle of Life*, Thích Nữ Giới Hương, NXB Hồng Đức, 2020.

32. *Nghệ Thuật Biết Sống-Art of Living* (Song ngữ Anh-Việt), Thích Nữ Giới Hương, Hồng Đức Publishing, 2020.

33. *Ni Giới Việt Nam Hoằng Pháp tại Hoa Kỳ*, Thích Nữ Giới Hương, Hồng Đức Publishing, 2020.

34. *Sharing the Dharma -Vietnamese Buddhist Nuns in the United States*, Thích Nữ Giới Hương, Hồng Đức Publishing, 2020.

35. *Tập Thơ Nhạc Lối Về Sen Nở,* Thích Nữ Giới Hương, NXB Hồng Đức, 2020.

36. *Hương Đạo Trong Đời 2022* (Tuyển tập 60 Bài Thi trong Cuộc Thi Viết Văn Ứng Dụng Phật Pháp 2022 - A Collection of Writings on the Practicing of Buddhism in Daily Life in the Writing Contest 2022), Thích Nữ Giới Hương biên soạn, NXB Hồng Đức, 2022.

37. *Hương Pháp 2022 (*Tuyển Tập Các Bài Thi Trúng Giải Cuộc Thi Viết Văn Ứng Dụng Phật Pháp 2022 - A Collection of the Winning Writings on the Practicing of Buddhism in Daily Life in the Writing Contest 2022) Thích Nữ Giới Hương biên soạn, NXB Hồng Đức, 2022.

38. *The Ceremony for Peace,* Bhikṣuṇī Thích Nữ Giới Hương composed, NXB Hồng Đức, 2023.

39. *The Lunch Offering Ritual,* Bhikṣuṇī Thích Nữ Giới Hương composed, NXB Hồng Đức, 2023.

40. *The Ritual Offering Food to Hungry Ghosts,* Bhikṣuṇī Thích Nữ Giới Hương composed, NXB Hồng Đức, 2023.

41. *The Pureland Course of Amitabha Sutra,* Bhikṣuṇī Thích Nữ Giới Hương composed, NXB Hồng Đức, 2023.

42. *The Medicine Buddha Sutra,* Bhikṣuṇī Thích Nữ Giới Hương composed, NXB Hồng Đức, 2023.

43. *The New Year Ceremony*, Bhikṣuṇī Thích Nữ Giới Hương composed, NXB Hồng Đức, 2023.

44. *The Great Parinirvana Day,* Bhikṣuṇī Thích Nữ Giới Hương composed, NXB Hồng Đức, 2023.

45. *The Buddha's Birthday Ceremony*, Bhikṣuṇī Thích Nữ Giới Hương composed, NXB Hồng Đức, 2023.

46. *The Ullambana Festival (Parents' Day),* Bhikṣuṇī Thích Nữ Giới Hương composed, NXB Hồng Đức, 2023.

47. *The Marriage Ceremony*, Bhikṣuṇī Thích Nữ Giới Hương composed, NXB Hồng Đức, 2023.

48. *The Blessing Ceremony for The Deceased*, Bhikṣuṇī Thích Nữ Giới Hương composed, NXB Hồng Đức, 2023.

49. *The Ceremony of Praising Ancestral Masters*, Bhikṣuṇī Thích Nữ Giới Hương composed. Hương Sen Publisher. 2023.

50. *The Enlightened Buddha Ceremony*, Bhikṣuṇī Thích Nữ Giới Hương composed, NXB Hồng Đức, 2023.

51. *The Uposatha Ceremony (Reciting Precepts*), Bhikṣuṇī Thích Nữ Giới Hương composed, NXB Hồng Đức, 2023.

52. *Giới Hương - Thơm Ngược Gió Ngàn,* Nguyên Hà, NXB Tôn Giáo. 2023.

53. *Pháp Ngữ Kinh Hoa Nghiêm* (2 tập). Thích Nữ Giới Hương, NXB Tôn Giáo, 2023.

54. *Tinh Hoa Kinh Hoa Nghiêm*. Thích Nữ Giới Hương, NXB Tôn Giáo, 2023.

55. *Buddhism: A Historical And Practical Vision,* Edited by Ven. Dr. Thich Hanh Chanh and Ven. Dr. Bhikṣuṇī TN Gioi Huong, Tôn Giáo Publishing, 2023.

56. *Phật giáo – Tầm Nhìn Lịch Sử Và Thực Hành,* Hiệu đính: Thích Hạnh Chánh và Thích Nữ Giới Hương, NXB Tôn Giáo, 2023.

57. *Contribution of Buddhism For World Peace & Social Harmony*. Buddhist Studies Seminar in Kolkata, India. Edited by Ven. Dr. Buddha Priya Mahathero and Ven. Dr. Bhikṣuṇī TN Gioi Huong, Tôn Giáo Publishing, 2023.

58. *Global Spread of Buddhism with Special Reference to Sri Lanka*. Buddhist Studies Seminar in Kandy University. Edited by Dr. Ven. Kahawatte Siri Sumedha Thero and Dr. Bhikṣuṇī TN Gioi Huong, Tôn Giáo Publishing, 2023.

59. *Buddhism In Sri Lanka During The Period of 19th to 21st Centuries*. Buddhist Studies Seminar in Colombo. Edited by Prof. Ven. Medagama Nandawansa and Dr. Bhikṣuṇī TN Gioi Huong, Tôn Giáo Publishing, 2023.

60. *Nhật ký Hành Thiền Vipassana và Kinh Tứ Niệm Xứ* - Thích Nữ Giới Hương, NXB Tôn Giáo, 2024.

61. *Diary: Practicing Vipassana and the Four Foundations of Mindfulness Sutta*. Thích Nữ Giới Hương, Tôn Giáo Publishing, 2024.

62. *Dharamshala - Hành Hương Vùng Đất Thiêng, Ấn Độ, Dharamshala - Pilgrimage to the Sacred Land, India. Thích Nữ Giới Hương,* Tôn Giáo Publishing, 2024.

63. *Nghi cúng Thánh Tổ Kiều Đàm Di,* Thích Nữ Giới Hương biên soạn, NXB Tôn Giáo, 2024.

64. *Kỷ Yếu Lễ Tưởng Niệm Thánh Tổ Kiều Đàm Di tại Chùa Hương Sen năm 2024,* Thích Nữ Giới Hương biên soạn, NXB Tôn Giáo, 2024.

65. *Phật giáo và Thánh Tích Sri Lanka*, Thích Nữ Giới Hương, NXB Tôn Giáo, 2024.

66. Đấu Tranh Bất Bạo Động Là Nền Tảng Xây Dựng Hòa Bình Toàn Cầu (Bài thuyết trình cho Hội Nghị Thượng đỉnh về các Vấn đề Nhân đạo, An ninh Y tế và Hòa bình Toàn cầu ngày 26-31 tháng 8 năm 2024 tại Missouri, Hoa Kỳ), Thích Nữ Giới Hương, NXB Tôn Giáo, 2024.

67. *Nonviolent Struggle - The Foundation for Building Global Peace* (Presentation at the Humanitarian Affairs Health Security and Global Peace Summit August 26-31, 2024, Missouri, USA). Dr. Bhikṣuṇī TN Gioi Huong, Ton Giao Publishing, 2024.

68. *The Great Contribution to World Peace and Social Harmony of Emperor Ashoka and Emperor Trần Nhân Tông* - Sự Đóng Góp cho Hòa Bình Thế Giới và An Toàn Xã Hội của Hoàng Đế A-Dục và Vua Trần Nhân Tông, Dr. Bhikṣuṇī TN Gioi Huong, Ton Giao Publishing, 2025.

69. *COVID-19: Vai trò Phật giáo trong Việc Chữa Lành*, Thích Nữ Giới Hương, NXB Hồng Đức, 2025.

70. *Đại Dịch Coronavirus trong Thế Kỷ XXI*, Thích Nữ Giới Hương, NXB Hồng Đức, 2025.

71. *A Buddhist Nun and American Inmates.* Bhikṣuṇī T.N. Giới Hương. Hong Duc Publishing, 2025.

72. *Đóng góp của Phật giáo cho Hòa Bình Thế Giới và Hòa Hợp Xã Hội*, Hòa thượng Tiến sĩ Buddha Priya Mahathero & Ni sư Tiến sĩ TN Giới Hương, NXB Hồng Đức, 2025.

73. *Phật giáo Toàn Cầu - Đặc Biệt Liên Kết Với Sri Lanka*, Hòa thượng Tiến sĩ K. Siri Sumedha Thero & Ni sư Tiến sĩ T.N.Giới Hương, NXB Tôn Giáo, 2025.

74. *Phật giáo Sri Lanka từ Thế Kỷ 19-21*, Hòa thượng Giáo sư Medagama Nandawansa, Ni sư Tiến sĩ TN Giới Hương,

NXB Tôn Giáo, 2025.

ĐĨA CA NHẠC PHẬT GIÁO
CHÙA HƯƠNG SEN

1. *Đào Xuân Lộng Ý Kinh*, Thơ: Thích Nữ Giới Hương, Nhạc: Nam Hưng, Album 1, năm 2013.
2. *Niềm Tin Tam Bảo*, Thơ: Thích Nữ Giới Hương, Nhạc: Hoàng Y Vũ & Hoàng Quang Huế, Album 2, năm 2013.
3. *Trăng Tròn Nghìn Năm Đón Chờ Ai*, Thơ: Thích Nữ Giới Hương, Nhạc: Võ Tá Hân, Hoàng Y Vũ, Khánh Hải, Khánh Hoàng, Hoàng Kim Anh, Linh Phương và Nguyễn Tuấn, Album 3, năm 2013.
4. *Ánh Trăng Phật Pháp*, Thơ: Thích Nữ Giới Hương, Nhạc: Uy Thi Ca & Giác An, Album 4, năm 2013.
5. *Bình Minh Tỉnh Thức* (*Piano Variations for Meditation*), Thơ: Thích Nữ Giới Hương, Độc Tấu Dương Cầm và Hòa Tấu: Nữ Nhạc Sĩ Linh Phương, Album 5, năm 2013.
6. *Tiếng Hát Già Lam*, Thơ: Thích Nữ Giới Hương, Nhạc: Nam Hưng, Album 6, năm 2015.
7. *Cảnh Đẹp Chùa Xưa*, Nhạc: Hoàng Quang Huế, Hoàng Y Vũ, Võ Tá Hân & Khánh Hải, Album 7, năm 2015.
8. *Karaoke Hoa Ưu Đàm Đã Nở*, Thơ: Thích Nữ Giới Hương, Nhạc: Nam Hưng, Album 8, năm 2015.
9. *Hương Sen Ca*, Thơ: Thích Nữ Giới Hương, Nhạc: Nam Hưng, Album 9, năm 2018.
10. *Về Chùa Vui Tu*, Thơ: Thích Nữ Giới Hương, Nhạc: Nguyên Hà & Nam Hưng, Album 10, năm 2018.
11. *Gọi Nắng Xuân Về*, Thơ: Thích Nữ Giới Hương, Nhạc: Nam Hưng, Album 11, năm 2020.

12. *Đệ Tử Phật*. Thơ: Thích Nữ Giới Hương, Nhạc: Uy Thi Ca & Giác An, Album 12, năm 2023.

13. *Hoa Pháp Cú*. Thơ: Thích Nữ Giới Hương, Nhạc: Nam Hưng, Album 13, năm 2024.

14. *Vu Lan B*áo Hiếu. Thơ: Thích Nữ Giới Hương, Nhạc: Uy Thi Ca, Album 14, năm 2024.

Mời xem: http://www.huongsentemple.com/index.php/kinh-sach/tu-sach-bao-anh-lac

HỘI LUẬT GIA Việt Nam
NHÀ XUẤT BẢN HỒNG ĐỨC
65 Tràng Thi - Quận Hoàn Kiếm - Hà Nội
Email: nhaxuatbanhongduc65@gmail.com
Điện thoại: 024.39260024 Fax: 024.39260031

Ngày Nhà giáo Việt Nam - 20/11
TRI ÂN NGƯỜI KHAI TRÍ
Tác giả: Thích Nữ Giới Hương

Chịu trách nhiệm xuất bản
Giám đốc **PHẠM THỊ MAI**

Chịu trách nhiệm nội dung
Tổng Biên tập **LÝ BÁ TOÀN**

Biên tập: **Phan Thị Ngọc Minh**
Trình bày: **Vũ Đình Trọng**
Sửa bản in: **Vũ Đình Trọng**

Đối tác liên kết xuất bản: PHẠM THỊ NGỌC DUNG
120/2 đường Phạm Văn Sáng, ấp 2, xã Xuân Thới Thượng,
huyện Hóc Môn, TP.HCM

Số lượng in: 1.000 bản, Khổ: 15cm x 22cm
Tại Công ty TNHH SXTM DV in ấn Trâm Anh,
159/57 Bạch Đằng, P. 2, quận Tân Bình, TP.HCM
Số XNĐKXB:608-2025/CXBIPH/41-25/HĐ ngày 21 tháng 02, 2025
QĐXB: 683/QĐ-NXBHĐ, cấp ngày 31 tháng 03, 2025
In xong và nộp lưu chiểu năm 2025
ISBN: 978-604-613-345-2

www.ingramcontent.com/pod-product-compliance
Lightning Source LLC
LaVergne TN
LVHW090311051026
849518LV00005B/1737
* 9 7 8 6 0 4 6 1 3 3 4 5 2 *